गोब्राह्मण प्रतिपालक क्षत्रिय कुलावंतस या बिरुदाने आदर आणि अभिमानाने आभूषित करण्यात आलेल्या छत्रपती शिवाजीं महाराजांना एक धाडसी, चतुर व नीतिवान हिंदू शासक म्हणून नेहमी लक्षात ठेवल्या जाईल. त्यांच्याकडील साधन-सामग्री अंत्यत मर्यादीत होती तसेच त्यांना काही जास्त शिक्षण पण घेता आले नव्हते, तरी पण त्यांनी आपली बहादुरी, धाडस तसेच हुशारीने औरंगजेबासारख्या शक्तीशाली मुगल सम्राटाच्या विशाल सैन्यासोबत जबरदस्त झुंज दिली आणि आपल्या शक्तीला वाढवलं. छत्रपती शिवाजी महाराज एक कुशल प्रशासक तर होतेच पण एक समाज सुधारक देखील होते. त्यांनी अनेक लोकांचे धर्मपरिवर्तन करून त्यांना पुन्हा हिंदू धर्मात आणले. छत्रपती शिवाजी महाराज अंत्यत चारित्र्यवान व्यक्ति होते. ते स्त्रियांचा खूप आदर करीत. स्त्रियांसोबत ग़ैरवर्तन करणाऱ्या आणि निरापराध लोकांना त्रास देणाऱ्यांना ते कठोर शिक्षा देत असत.

AA000897

श्री छत्रपती शिवाजी महाराज

रेनु सरन

अंकुर प्रकाशन

© प्रकाशकाधीन

प्रकाशक   : अंकुर प्रकाशन
                     X-30 ओखला इंडस्ट्रियल एरिया, फेज-II
                     नई दिल्ली - 110 020
फोन   : 0111-40712200
ई-मेल   : sales@dpb.in
वेबसाइट : www.diamondbook.in

Shri Chhatrapati Shivaji Maharaj
By : Renu Saran

दोन शब्द

युग प्रवर्तक छत्रपती शिवाजी महाराजांचे नाव कोणत्याही भारतीयासाठी अनोळखी नाही. ज्या काळात समग्र देश मुस्लिम सत्तेच्या वर्चस्वाखाली आला होता. त्या काळात शिवाजी महाराजांनी एका स्वतंत्र हिंदू राज्याची स्थापना करून इतिहासात एका नवीन प्रकरणाची सुरूवात केली. आपल्या या एकूण प्रयत्नाच्या माध्यमातून त्यांनी हे सिद्ध करून दाखावले की हिंदू माणूस गाफील नसतो. असे प्रशंसनीय कार्य अनेक शतकापासून कोणत्याही हिंदूच्या हातून संपन्न झाले नव्हते. त्यांच्या या कार्याचे महत्त्व या दृष्टिने आणखीनच वाढते की ते एका निराधार मातेचे सुपूत्र होते. त्यांच्या जीवनात वडिलांचे अस्तित्व नसल्यासारखेच होते. पिता शहाजीराजेंनी माता जिजाबाई आणि गुरू दादोजी कोंडदेवाच्या देखरेखीखाली पुण्याची जहागिरी सोपवल्यानंतर ते आपल्या निजामाच्या नोकरीत सततच्या मोहिमांमध्ये अडकून पडले होते. शिवाजी महाराजांनी आपल्या स्वबळावर एका स्वतंत्र राज्याची स्थापना केली. खरे सांगायचे तर सिंहाचा ना कोणी राज्यभिषेक करतो ना कोणी त्याच्यावर संस्कार. तो स्वयमेय मृगन्येयता या न्यायाने आपल्याच बळावर 'जंगलाचा राजा' ही पदवी प्राप्त करतो.

अप्रतिम राजकीय चातुर्य, अद्वितीय बुद्धिमत्ता, अद्भूत साहस, प्रशंसनीय चरित्रबल आदी गुण शिवाजी महाराजांच्या चरित्राची वैशिष्ट्ये आहेत. आपला धर्म, संस्कृती, राष्ट्र आदीबद्दल परम श्रद्धा बाळगून देखील ते दुसऱ्या धर्माबद्दल तसेच इतर पंथाच्या लोकांबद्दल पूर्ण सद्भावना ठेवत. त्यांच्या राजकारणात धार्मिक तसेच जातीय भेदभावाला कसलेही स्थान नव्हते. शिवाजी महाराज शब्दशः महान होते. शिवाजी महाराजांच्या गुणांची प्रशंसा त्यांचे शत्रू देखील करतात. अनेक पाश्चात्य समीक्षकाने देखील त्यांची मुक्तकंठाने प्रशंसा केली आहे. शिवाजी महाराजांचे आदर्श आपल्या वर्तमान राष्ट्रीयतेसाठी देखील गरजेचे आहेत. हाच या पुस्तकाचा उद्देश आहे.

या पुस्तकाच्या लेखनात प्रसिद्ध इतिहासकार सर जदुनाथ सरकार, गोविंद सखाराम सरदेसाई, जेम्स ग्रांड डफ आदींच्या पुस्तकातून साभार संदर्भ घेतले आहेत. पुस्तकाची सामग्री पूर्णपणे इतिहासानुसार आहे. मतभेद असणाऱ्या प्रसंगाची चर्चा सविस्तर करण्यात आलेली आहे.

- रेनु शरन

अनुक्रमणिका

प्रकरण पहिल

छत्रपती शिवाजी महाराज
वंशपरिचय तसेच प्रारंभिक जीवन

वंश परंपरा

जगात काही माणसं आपल्या वंशामुळे प्रसिद्ध होतात, परंतु काही माणसं आपल्या वंशालाच प्रसिद्ध करतात. छत्रपती शिवाजी महाराज एक असे व्यक्ती आहेत ज्यांनी आपले भोसले कुळ उज्वल केले. भोसले कुळाची उत्पत्ती कधी, कुठे आणि कोणापासून झाली; या संदर्भात इतिहासकारात मतभेद ओहत. परंतु भोसले स्वतःला मेवाडच्या सिसोदिया घराण्याचे वंशज समजत होते. असे म्हणतात की ज्यावेळी महाराणा उदयसिंहाने चित्तोडची सत्ता सांभाळली, त्यांच्यापूर्वी बनवीर चित्तोडचा राजा होता. त्याने उदयसिंहच्या बालपणी त्यांच्या हत्येचा प्रयत्न देखील केला होता. परंतु पन्ना दाईने आपल्या पुत्राचा बळी देवून त्यांची रक्षा केली होती. चित्तोड सोडून दक्षिणेस पळून गेला होता. तो महाराणा सांगाच्या बंधूच्या दासीपासून जन्मलेला पुत्र होता. आणि त्यापासूनच महाराष्ट्रात भोसलेंची उत्पत्ती झाली. दुसरा मतप्रवाह असा आहे की १३०३ मध्ये चित्तोडवर अलाउद्दीन खिलजीने वर्चस्व मिळवले होते. त्याचवेळी राज परिवारातील एक व्यक्ती सज्जन सिंह अथवा सुजान सिंह पळून दक्षिणेकडे गेला होता. त्याचा मृत्यू ई.स.१३५० च्या आसपास झाला. त्याच्या पाचव्या पिढीमध्ये उग्रसेनचा जन्म झाला, ज्याला कर्णसिंह तसेच शुभकृष्ण नावाचे दोन पुत्र झाले. कर्णसिंहचे पुत्र भीमसिंहना बहमनी सुलतानाने "राजा घोरपडे बहादुर" ची उपाधी तसेच ८४ गावांची जहागिरी दिली. तेव्हापासून भीमसिंहाचे वंशज घोरपडे नावाने ओळखले जावू लागले. शुभकृष्णाच्या वंशजाला देखील भोसले ही उपाधी आहे.

शुभकृष्णाच्या मुलाचे नाव बाबाजी भोसले होते. ज्यांचे देहावसन १५९७ मध्ये झाले. बाबाजी भोसलेंना मालोजी तसेच विठोजी नावाची दोन मुले होती. असे म्हणतात की ही दोन्ही भावंडं इतकी निरोगी आणि सदृढ होती की दक्षिणेचे घोडे त्यांना जागचे हालवू शकत नव्हते. दोन्ही बंधू सिंदखेडाचे सरदार लखोजी जाधवरावचे अंगरक्षक

आणि दौलताबादच्या जवळील एका गावचे पाटील होते. अहमदनगर राज्याच्या पतनानंतर दौलताबाद निजामशाही राज्याची राजधानी बनली. लखोजी जाधव या घराण्याच्या सेवेतले प्रथम श्रेणीचे सरदार बनले. उल्लेखनीय बाब अशी की लखोजी जाधवांचे देवगिरीचे यादव राजवंशाशी नाते होते. मालोजी तसेच विठोजी भोसले लखोजी जाधवरावच्या सेवेसहित आपल्या पितृक भूमिची देखील व्यवस्था पाहू लागले.

शहाजी भोसले

मालोजींच्या मोठ्या मुलाचे नाव शहाजी तसेच धाकट्याचे शरीफजी होते. एकदा होळी किंवा वसंत पंवमीच्या वेळी मालोजी आपल्या दहा-बारा वर्षीय शहाजींना घेवून लखोजी जाधवरावांच्या घरी निमंत्रणावरून गेले. सर्वजन उत्साहाने एकमेकांवर रंगाची उधळण करीत होते. लखोजी जाधवरावांची कन्या जीजाबाई देखील शहाजीसोबत बसली होती आणि तिचं वय देखील जवळपास शहाजीइतकेच होते. वडिलधाऱ्यांना रंग खेळताना पाहून मुले देखील एकमेकांच्या अंगावर रंग उधळू लागली. मुलांच्या या निष्पाप खेळाला पाहून लखोजी जाधवांच्या तोंडून सहजच शब्द बाहेर पडले, "या दोघांची जोडी किती छान दिसतेय!"

हे एकताच मालोजीने मोठ्या आवाजात घोषणा केली, "आपण सर्वजण साक्षी आहात. लखोजी जाधवांनी माझ्या मुलाला त्यांची मुलगी देण्याचे कबूल केले आहे."

मालोजीच्या या घोषणेला लखोजीने तीव्र शब्दात विरोध केला. त्यांचे म्हणणे होते की त्यांने असे केवळ सहज म्हटले होते, तसा त्यांचा काही उद्देश नव्हता. खरे सांगायचे तर मालोजी, लखोजी जाधवांच्या एका सेवकासमान होते. अशा एका सेवकासमान व्यक्तीच्या मुलाला कोण आपली मुलगी देईल? या गोष्टीवरून दोघांची तोंडे वाकडी झाली. परिणामी मालोजीने लखोजी यांची सेवा करणे सोडून दिले. त्यानंतर त्यांनी आपली परिस्थिती मजबूत करण्यावर भर दिला. त्यांनी निजामशहाचे सेनापती मलिक अंबरसोबत आपले संबंध वाढवले. काही काळातच अहमदनगरच्या निजामशहाने त्यांना पाच हजार घोडे तसेच राजा भोसले अशी पदवी दिली. शिवनेरी आणि चाकण येथिल किल्ले त्यांच्या अधिकाराखाली आली. सोबतच पुणे आणि सुपे येथिल जहागिरी देखील त्यांना मिळाली. नंतर मलिक अंबरच्या प्रेरणेने निजामशहाने लखोजी जाधवरांवाना शहाजीसोबत जीजाबाईच्या विवाहासाठी मध्यस्थी करायला लावली. कालांतराने या घटनेचा परिणाम म्हणून एकत्र आलेल्या या जोडीनेच इतिहास निर्माते छत्रपती शिवाजी महाराज यांना जन्म दिला.

शिवाजी महाराजांचा जन्म तसेच बालपण

शिवाजींचा जन्म कधी झाला? या संदर्भात इतिहासकारात एकमत नाही. एका मतप्रवाहानुसार त्यांचा जन्म माता जिजाबाईच्या पोटी वैशाख शुक्ल द्वितीय शके १५४९ म्हणजेच गुरूवार ६ एप्रिल १६२७ ला शिवनेरी किल्ल्यावर झाला. दुसऱ्या मतप्रवाहानुसार ही तिथि फाल्गून ३ शके १५५१ अर्थात शुक्रवार १९ फेब्रुवारी १६३० इ.स. आहे. या दोन तिथीमध्ये तसे तीन वर्षांचे अंतर आहे, काही का असेना, यामुळे शिवाजी महाराजांच्या मोठेपणाला काही उणीव येत नाही.

शिवाजी महाराजांसहित सहा मुलांना माता जिजाबाईने जन्म दिला. दुर्दैवाने चार मुलांचा अल्पकालीन मृत्यू झाला. उर्वरित दुसऱ्या थोरल्या भावाचे नाव संभाजी होते. शक्यतो त्याचा जन्म इ.स.१६१६ मध्ये झाला असावा.

शिवाजीचे बालपण फार मजेत गेले असे म्हणता येणार नाही. त्यांना आपल्या वडिलांचे प्रेम देखील ख़ूप कमी स्वरुपात मिळाले. अशा परिस्थितीत त्यांनी एका स्वतंत्र साम्राज्याची स्थापना करणे निश्चितच आश्यर्च समजल्या जावू शकते. या आश्चर्याच्या मागे ज्या दोन महान व्यक्तीचा हात होता. ते आहेत माता जीजाबई तसेच दादोजी कोंडदेव. या दोन मार्गदर्शकाच्या छत्रछायेखाली शिवाजी महाराजांचे बालपण गेले आणि त्यांच्या भावी जीवनाचा पाया रचल्या गेला.

माता जिजाबाईच्या छत्रछायेत

माता जिजाबाई लखोजी जाधवरावांची कन्या होती. त्यांच्या धमन्यात देवगिरी यादवांच्या शासकाचे रक्त होते. त्याचं वैवाहीक जीवन सुखी होतं असं म्हणू शकत नाही. शिवाजी महाराज गर्भात होते, तेव्हापासून शहाजी आणि त्यांचं जीवन एका नदीचे दोन काठ असं झालं होतं. शहाजीने सुप्याच्या मोहित्यांच्या कन्येबरोबर दुसरा विवाह केला होता आणि जीजाबाई पुण्यात दादोजी कोंडदेवाच्या संरक्षणाखाली राहू लागल्या. दादोजी पुण्याच्या शहाजींच्या छोट्याशा जहागिरीची देखभाल करीत होते.

त्यांचा मोठा पुत्र संभाजी आपल्या वडिलासोबतच रहात होता. शिवाजींच्या जन्माच्या काही दिवसापूर्वीच्या त्यांच्या परिस्थितीचे वर्णन करताना प्रसिद्ध इतिहासकार गोंविद सखाराम सरदेसाई लिहितात,

सासरघरी जाण्याचा प्रयत्न करायला हवा किंवा तिथे जावून सासरकडील मंडळीच्या गळ्यात पडायलं हवं, हे त्यांना कोण समजावून सांगेल? जीजाबाईच्या मनःस्थितीची कल्पना केल्या जावू शकते. पतीसोबत त्यांची प्रत्यक्ष भेट होण्याची संधीच त्यांना

मिळत नव्हती आणि झाली तरी स्पष्टपणे बोलण्याची हिमत कुठे होती. जीजाबाईला गर्भार्पण बहाल करून पतिदेव तर घोड्यावर स्वार होवून निघून गेले. म्हणून सासरच्या मंडळींना त्यांचे पालन-पोषण करावे लागले. अशावेळी पत्नीला सासरी सोडून शहाजीराजे तर निघून गेले. ही गोष्ट तर सर्वांना माहीत आहे. ती सर्वस्वी चुकीची आहे असे म्हटले जावू शकत नाही. शहाजींना भेटून ज्यावेळी जाधवराव परत आले. त्यावेळी त्यांना जीजाबाई रस्त्यात जुन्नरजवळ भेटल्या. त्यावेळी त्यांना सातवा महिना चालू होता. जाधवराव त्यांना सिंदखेडला पाठवू लागले. कसा बिकट प्रसंग आहे. स्त्रीसाठी तर पतीपेक्षा कोणीही मोठा नसतो. ज्यावेळी त्यांचे पती त्यांना सोडून गेले, त्यावेळी देखील त्या इतक्या खंबीर होत्या की वडिलोसाबत माहेरी गेल्या नाहीत. जवळच भोसलेंच्या जागीरचा शिवनेरी किल्ला होता. त्या तिकडे निघून गेल्या आणि तिथेच शिवाजीचा जन्म झाला. थोरला मुलगा संभाजी मोठा होवून वडिलांना मदत करू लागला होता. तो आता वडिलांसाबेत जीवनाशिक्षण, राज्यकारभार, युद्ध-डावपेच आदी शिकू लागला. संभाजीला आईच्या मोहाने कधी सतावले नाही.

लखोजी जाधवांची निघृण हत्या

लखोजी जाधव आधी निजामशहाकडे सामंत म्हणून होते. परंतु नंतर ते त्यांच्यासोबत बिनसल्याने त्यांनी निजामशहाला सोडले आणि मोगल सम्राट शहाजहांच्या सेवेत रूजू झाले. ते सिंदखेडमध्ये राहून मोगल सम्राटाच्या दरबारी काम करीत असत. निजामशहाला ही गोष्ट सहन नाही झाली. त्याला लखोजी काट्याप्रमाणे सलू लागले. २५ जुलै १६२९ ला त्यांनी सर्व जाधव सरदारांना भेटण्यासाठी दौलताबाद किल्ल्यावर बोलावले. कोणाला स्वप्नातही वाटले नसेल की त्यांचा घात केल्या जाईल. अनेक जाधव सरदार आपल्या लेकरा-बाळांसह लखोजी जाधव देखील दौलाताबाद किल्ल्यावर पोहोचले. त्यातील अनेकांची निर्घृणपणे हत्या करण्यात आली. लखोजी जाधव, त्यांची दोन मुलं- अचलोजी आणि रघुजी तसेच नातु यशवंत यांना देखील आपला जीव गमवावा लागला.

आपले वडील, बंधू-तसेच भाच्यासोबत झालेल्या या अमानवीय विश्वासघाताला माता जीजाबाई आयुष्यभर विसरू शकल्या नाहीत, कदाचित या घटनेच्या बदल्याच्या भावनेने त्यांना नेहमीच मुस्लिम राज्यकर्त्यांच्या विनाशाची प्रेरणा दिली, ज्यामधून युग निर्माते शिवाजी महाराज यांची जडण-घडण झाली.

बाल शिवाजींचा अज्ञातवास

या घटनेच्या आधीपासूनच शहाजी मलिक अंबरसोबत अनेक वर्षापासून मोगलाच्या विरोधात लढत होते. दौलताबाद किल्ल्यावर मोगलांचे वर्चस्व प्रस्थापित झाल्यावर मोगल सम्राटाने शहाजी तसेच त्यांच्या कुटुंबातील लोकांना पकडण्याचा निरर्थक प्रयत्न केला. माता जीजाबाई शिवाजीसोबत शिवनेरी किल्ल्यावर रहात होत्या. मोगल सम्राटाचा एक सरदार महादल खान त्यावेळी त्यांना पकडण्यासाठी आला. जीजाबाईची आणि महादल खानाची आधीच ओळख होती. त्यांनी खानाला निरोप पाठविला की त्या स्वतःच त्यांना भेटायला येत आहेत. जीजाबाईने शिवाजी महाराजाला आपल्या एका विश्वासपात्र दासीकडे सोपवून अज्ञातस्थळी पाठवून दिले आणि स्वतःला कैद करून घेतले. दोन वर्षापर्यंत शिवाजी अज्ञातस्थळी राहिले. सुदैवाने जीजाबाईना मुक्त करण्यात आले आणि आपल्या शिवबाचे पालन-पोषण त्या मोठ्या आनंदाने करू लागल्या.

ते ठिकाण जिथे शिवाजीला अज्ञातस्थळी ठेवण्यात आले होते, त्याला शिवापुर अथवा खेड-शिवापुर म्हणतात. हे गाव पुणे-सातारा रस्त्यात लागते. शिवाजी महाराजांच्या नावावरून माता जीजाबाईने त्या गावचे नाव शिवापुर ठेवले होते. ही भोसले यांची पितृभूमि होती, ज्यात जीजाबाईने शाहबाग नावाने अंब्याचा बाग पण लावला होता.

या सर्व प्रतिकूल परिस्थितीचा जीजाबाईने खंबीरपणे सामना केला. शिवाजी महाराजांच्या जन्माच्यावेळी त्यांच्याजवळ पैसा किंवा सेवक यापैकी काहीच नव्हते. त्या वडिलाकडून पतीच्या घरी शिवनेरी किल्ल्यावर आल्या होत्या. परंतु पती पण त्यांना सोडून युद्धभूमिवर गेले होते. काही काळानंतर त्या शिवनेरीवरून ओसाड अशा किल्ल्यावर आल्या. अशा निराशपूर्ण वातावरणात त्यांनी किल्ल्यामधील मंदीरातील देवी शिवाईलाच आश्रय मागितला होता. त्यांची चार मुले अल्पकालीनच मृत्यूच्या दाढेत गेली. म्हणून त्या बाल शिवबाच्या दीर्घकालीन जीवनासाठी माता शिवाईकडे रात्रंदिवस प्रार्थना करीत होत्या. या सर्व परिस्थितीमध्ये देखील आपले पती किंवा सवतीसोबत वाकडे येऊ दिले नाही.

पुण्याकडे धाव

शिवबाचा जन्म होण्यापूर्वी शहाजी निजामशहाच्या बाजूने मोगलाच्या विरुद्ध लढत होते. जानेवारी १६३६ मध्ये शाहजहा स्वतः दक्षिण भारतात आला. अगदी याच काळात निजामशाही संपुष्टात आली. मे मध्ये मोगल सम्राट आणि विजापुर सत्तेत एक करार झाला. त्यानंतर शहाजी देखील विजापुर दरबारी गेले. त्यांच्या या सेवेच्या बदल्यात

त्यांना गोदावरी नदीच्या दक्षिणेला एक जहागिरी देण्यात आली. ही घटना इ.स. ऑक्टोबर १६३६ ची आहे. या संघर्षाच्या काळात देखील पुण्याच्या जहागिरीवर आपले वर्चस्व कायम ठेवले. आपल्या नव्या जहागिरीसाठी त्यांनी काही विश्वासपात्र लोकांची नियुक्ती केली होती तसेच स्वतः विजापुरला गेले होते.

विजापुर दरबारी जाण्यापूर्वी शहाजीने जीजाबाई तसेच शिवाजी महाराजांना पुण्याला पाठविले. पुण्याच्या जहागिरीची व्यवस्था करण्यासाठी त्यांनी एक योग्य व्यक्ती दादोजी कोंडदेव यांची नियुक्ती केली होती. या वेळी शिवाजी महाराजांचे वय जवळपास सात-आठ वर्षाचे असेल. ही शिवाजी महाराजांच्या आयुष्यातली महत्त्वाची घटना होती. आतापर्यंतचे त्यांचे जीवन रूक्ष अशा स्वरूपाचे होते.

आता ते अस्त-व्यस्त तसेच अव्यवस्थित का असेना पण एका जहागिरीचे मालक होते. सर्वात महत्त्वाचे म्हणजे त्यांना दादोजी कोंडदेवासारखा मार्गदर्शक मिळाला होता.

दादोजी कोंडदेवाच्या मार्गदर्शनाखाली

तो पहिला पुरूष ज्याच्याकडे बाल शिवबाने पालक म्हणून पाहिले. ते होते दादोजी कोंडदेव. खरे तर येथपासूनच त्यांच्या जीवनाचा पाया रचल्या गेल्या. यापूर्वीचे त्यांचे जीवन एक प्रकारचे भटके जीवन होते. या नवीन जीवनाची सुरूवात दादोजी कोंडदेवाच्या मार्गदर्शनाखाली झाली. दादोजी कोंडदेव माल्थनचे ब्राह्मण होते. त्याचे उपनाम गोचिवडे, पारनेरकर, मलठणकर आदी पण होते. आधी ते विजापुरच्या दरबारी होते. नंतर त्यांना मलिक अंबर यांच्याकडे युद्ध आदीचे प्रशिक्षण मिळाले. मोगल सम्राटाच्या विरोधात त्यांनी शहाजींची मदत केली होती.

सप्टेंबर-ऑक्टोबर १६३६ पासून दादोजी कोंडदेव, माता जिजाबाई तसेच बाल शिवाजीला घेऊन पुण्याला आले. आता ते शहाजी भोसले यांच्या जहागिरीचे व्यवस्थापक होते. त्यानी ज्या प्रेम व प्रमाणिकपणाने ही जबाबदारी सांभाळली, ती केवळ प्रशंसनीयच नाही तर आदर्श पण आहे. शिवाजी महाराजांना हिंदू राज्याचा संस्थापक करण्यात त्यांच्या भूमिकेची तुलना फारच कमी लोकांसोबत केल्या जावू शकते.

जहागिरीची व्यवस्था आपल्या हाती घेताच दादोजी कोंडदेवांनी सर्वप्रथम शेतीच्या सुधारणेवर भर दिला. त्या काळात जहागिरीमध्ये सर्वत्र अराजकतेचं वातावरण होतं. म्हणून ही अव्यवस्था कमी करणे आणि न्याय व्यवस्थेला सुधारणे त्यांचे पहिले काम होते. त्यांनी गावा गावात एका व्यक्तीची नियुक्ती केली. करामध्ये सुधारणा केल्या. प्रथम पाच वर्षासाठी शेतकऱ्यांना करामधून सुटका देण्यात आली. उत्पानात वाढ करण्यासाठी उपाय केले. त्यासाठी लोकांना प्रोत्साहन दिले. यापूर्वी मुरार जगदेव यांनी

तिथे गाढवांचा नांगर फिरवला होता. त्याचा कुप्रभाव कमी करण्यासाठी त्यांनी शेतात सोन्याचा नांगर चालवून शेतीला चालना दिली. अनुभवी शेतकऱ्यांना बाहेरून बोलावून घेतले. दादोजी कोंडदेव पुण्यात बसून ही व्यवस्था करत होते. त्यांनी प्रथम पुण्याचे निवासस्थान राहाण्यायोग्य केले. तिथे एक छोटासा वाडा पण बांधला. शिवाजी महाराज आपल्या अज्ञातस्थळी असताना याच ठिकाणी राहायला होते.

आपल्या जहागिरीमधील अव्यवस्था कशी होती याचा अनुभव बाल शिवबाला पण आला होता. एका दिवशी त्यांनी आपल्या आईला विचारले, "माँसाहेब, सगळीकडे अव्यवस्था कशी? आपण सदा चिंताग्रस्त आणि घाबरलेल्या कशा दिसता? मला पण काही काम सांगा ना, कोणते काम करू? मी लहान असेलही परंतु आपणास मदत करू शकतो." शिवबाचे बोल ऐकून आईच्या डोळ्यात पाणि आले. अशा प्रश्नांना त्या काय उत्तर देतील? त्या दादोजी कोंडदेवांना म्हणाल्या,"बाल शिवबाच्या प्रश्नांची उत्तरे तुम्हीच द्या. त्याला आतापासूनच सगळं कळले तर उत्तम ! आपण काय आहोत, आज काय परिस्थिती आहे. भविष्यात काय असेल, हे सगळं त्याला माहीत असायला हवं. शहाजीराजाने ही सगळी जबाबदारी तुमच्यावर सोपवली आहे."

त्यावर दादोजीने एका पालकाचा धर्म म्हणून जे योग्य वाटले ते बाल शिवजीला सरळ-सोप्या शब्दात समजावले, त्याचा अर्थ पुढील प्रमाणे होता.

"राजे ! आपण अद्याप खूप छोटे आहात. आपणास आजची परिस्थिती माहीत नाही, आपण त्या वीर शहाजी राजांचे पुत्र आहात जे आज आपल्या प्राणांची रक्षा करण्यासाठी परदेशी गेले आहेत. आपण सगळे या ठिकाणी वनवासात असल्यासारखे आहोत. आपल्याला राहायला देखील जागा नाही. आज सात वर्षापासून मोगल सम्राटाने आपल्याला सत्ताभ्रष्ट केले आहे. त्यांच्या प्रबळ शक्तीपुढे शहाजीराजे टिकणार नाहीत. सही सलामत निसटलोत हीच मोठी गोष्ट आहे. मी गेल्या पंधरा वर्षापासून शहाजीराजांची सेवा करतो आहे आणि आता आपली भावी उन्नती आपल्या नेतृत्त्वावर अवलंबून आहे. माझा हा देह त्यांच्या कल्याणार्थच वाढला आहे. तिला व्यवस्थित केल्यानेच आपल्याला चांगले दिवस येतील. आज अनेक वर्षापासून आपण अडचणीतून मार्ग काढत आहोत. मुस्लिमांनी अनेक ठिकाणी संकटे उभी केली आहेत. जाधवांसारख्या पराक्रमी सरदारांना भेटीला बोलावून त्यांना कपटाने ठार केले. शहाजीराजांच्या आई निंबाळकर घराण्यातील होत्या. त्यांचे बंधू बाजाजी निंबाळकर यांनी फलटाणची जहागिरी सांभाळली. त्यांना विजापुरच्या शहाने मुलाखतीसाठी बोलावले आणि कावा करून मुसलमान बनवले. आज ते परधर्मी बनून विजापुरात रहात आहेत. ही धर्माची कसली थट्टा आहे? ईश्वर कृपेनं आपल्या मातोश्रीवर ते दुर्दैव ओढवले नाही."

हे सगळं ऐकून बाल शिवबाच्या मनात विचारांची एक तीव्र लहर दाटून आली. ते या अत्याचाराचा बदला घेण्यासाठी व्याकूळ झालेले दिसले. या घटनांनी त्यांच्या विचारात एक क्रांतीकारी परिवर्तन आले. ते पूर्णपणे स्वधर्म तसेच स्वराज्याच्या स्थापनेसाठी समर्पित झाले. त्यासाठी त्यांनी सर्वप्रथम जहागिरीमध्ये सुव्यवस्था प्रस्थापित केली आणि नंतर आपल्या समविचारी मित्राचे एक संघटन बांधले. माता जिजाबाई आणि दादोजी कोंडदेव त्यांचे मार्गदर्शक बनले. या ठिकाणी त्या सर्व घटनानंतर सविस्तर प्रकाश टाकण्यात येत आहे.

पुण्याच्या त्या जहागिरीमध्ये एकूण चोवीस विभाग सहभागी होते. त्यापैकी बारा मावळ तसेच जुन्नरमध्ये बारा जे पुण्याच्या खाली होते. मावळचा अर्थ आहे दोन डोंगराच्यामध्ये वहाणाऱ्या नदीच्या काठी वसलेली जमीन, प्रत्येक मावळमध्ये एक कारकुन तसेच हिशोब-किताब ठेवणारा एक देशपांडे होता. बालपणी अज्ञातवासात असताना शिवाजी देखील एका मावळमध्ये रहात होते. जुन्नरच्या त्या ओबड-धाबड आणि डावीकडे पसरलेल्या दीडशे मैल लांब तसेच तीस मैल रूंद अशा प्रदेशात शिवाजी महाराज खूप खेळले-बागडले. परिणामी त्यांना या भागाचा काना-कोपरा माहीत झाला. अशा भागात राहिल्याने त्यांचा असा फायदा झाला की, त्यांना डोंगराळ भागातून हिंडण्याची-फिरण्याची सवय लागली. त्यांच्या हिंडण्या-फिरण्याबद्दल एकाने लिहून ठेवले आहे.

"आज आठ वर्षांपासून शिवाजीच्या कार्याला जवळून पहात आहे. त्यांच्या बुद्धीला तसेच शोधाला मर्यादा नाहीत. ते रात्रं-दिवस गावा-गावात फिरत रहातात. ऊन-पाऊस, तहान-भूक, कशाचीही पर्वा न करता. भूक लागेल त्या ठिकाणी ते मागून खात. तिथेच रात्र काढत. लोकांना भेटून चौकशी करतात आणि त्यांच्याकडून माहिती गोळा करत असत. त्यांचेच विचार समजून घेत असत. असे भटकण्यात त्यांनी किती वेळ घालवला याला काही अंत नव्हता. या भटकंतीमुळे ते अनेक दिवस घराच्या बाहेर राहिले. माँसाहेबांना चिंता वाटे की त्यांचा लाडका कुठे गेलाय? कसा आहे, सुखरूप परत येईल की नाही? परत आल्यावर आलेले अनुभव आईला सांगत, आईला मोठं कौतूक वाटे. मुस्लिम राज्यकर्ते जनतेची कशी पिळवणूक करतात. लुटतात, मारतात, मंदीरे तोडतात, स्त्रियांना पळवून नेतात, न्याय-अन्यायाचा कसलाही विचार करीत नाहीत, अशाप्रकारे ते अराजकतेची व्यवस्था पहात. ते लोकांना धीर देत की तुम्ही हे सगळं कसं सहन करता? त्यांना पिटाळून का लावत नाहीत ? अशाप्रकारचं त्यांचं बोलणं ऐकून त्यांच्या सभोवताली कितीतरी गावकरी जमा होत. त्यांना माणसाची पारख आहे. ते स्वतः ऊन्हा-पावसाची पर्वा करीत नाहीत, नदी-नाले ओलांडतात, कुस्ती खेळतात, घोडस्वारी करतात तसेच भाला-तलवार चालवतात. भीती कशाला

म्हणतात, हे तर त्यांना माहीतच नाही. रात्र असो, अंधार असो, त्यांचं काम सर्वकाळी चालूच राही. पाहिजे तसं सोंग घेण्यात ते माहीर आहेत. बहुरूप्याचं सोंग घेवून कोण काय म्हणतय हे माहीत करून घेण्यात ते पटाईत आहेत. त्यांची वाणी इतकी मोहक आहे की एकदा का माणूस त्यांना भेटला की तो त्यांचाच झाला म्हणून समजा. ते नेहमी याचा शोध लावण्यात असायचे की लोकांना कोणी साधु-संत किंवा हुन्नरबाज माणूस तर नाही भेटला ! असा कोणी भेटला तर तासन् तास बसून ते त्याच्यासोबत चर्चा करीत असत. अमूक व्यक्ती देहूचे प्रसिद्ध संत तुकाराम तर नाहीत? त्यांचं कीर्तन कुठे झाले काय ? याच गोष्टीत ते तहान-भूक विसरत. जिथे जातात तिथे लोकांना संघटीत करण्याचं काम करतात. लढाई आणि पराक्रमाच्या गोष्टी करतात. खोडकरपणा तर विचारूच नका. आज इथे तर उद्या कुठे असेल माहीत नाही. पायाला जणू भिंगरी बांधलीय. समोरून कोणी रूबाबात चालत नाही. दिसला तर त्याचं काही खरं नाही. पशु-पक्षाचा आवाज असा काढतात की ऐकणाराने खरेच समजले पाहिजे. संकट काय असतं त्यांना माहीतच नाही. फार बोलके डोळे आहेत. मावळचे अनेक लहान-मोठे देशमुख त्याचे गुणगाण गाताना दिसतात.”

दादोजी कोंडदेव जनतेत लोकप्रिय असणारी व्यक्ती होते. त्यांची कर्तव्यनिष्ठा, देशभक्ती तसेच निस्वार्थीपणा सर्वांना परिचित होता. ते शिवाजी महाराजांना ज्या प्रकारे पाहू इच्छित होते, त्यासाठी कोणतेही प्रयत्न करण्यात त्यांनी कसर ठेवली नाही. जहागिरीची व्यवस्था पाहू लागल्यापासून त्यांनी अनेक गावांचा दौरा करायला सुरूवात केली. आपल्या या दौऱ्यात ते शिवाजीला देखील सोबत घेवून जात. त्यांनी सुव्यवस्था प्रस्थापित करण्यासाठी पंचायती बसवणे, निर्णय करणे, शेत सिंचनासाठी तलावं आदीची व्यवस्था करायला सुरूवात केली. बाल-शिवाजी महाराजांना उंची कपड्याने सुशोभित करून ते त्याला पंचायतीमध्ये प्रमुख स्थानी बसवत. या सभेत ते लाकांना मार्गदर्शन करीत. शिवाजी महाराजांबद्दल सांगत-“हा तुम्हा सर्वांचा राजा आहे, तुम्ही यांच्या आदेशाचे पालन करायला हवे. तुम्ही वाकड्यात शिरलात तर हा तुम्हाला वठणीवर आणील. ऐकूण राहिलात तर कल्याण होईल.”

दादोजींच्या या प्रयत्नातून जहागिरीमध्ये एक नवी चेतना उत्पन्न झाली आणि शतकापासून पीडित जनता देखील स्वतंत्र हिंदू राजाची स्वप्ने पाहू लागली. प्रजा शिवाजी महाराजांना आपला खराखुरा राजा आणि आशेचं केंद्र बिंदू म्हणून पाहू लागली. शिवाजी महाराज आपल्या जहागिरीमध्ये जिथे जात तिथे प्रजा त्यांना चरण स्पर्श करी आणि त्यांचे बोलणे मोठ्या आदराने ऐक़त राही.

दोन-तीन वर्षात जहागिरीची व्यवस्था सुधारू लागली. लोकांनी ग्राम सुरक्षेची

व्यवस्था केली. जंगली प्राण्यापासून शेतीच्या रक्षणाची सोय केली. परिणामी शेतीचे उत्पन्न वाढले. दादोजी कोंडदेव दरवर्षी जहागिरीच्या संपूर्ण जमा-खर्चाचे विवरण शहाजीसमोर मांडत आणि त्यांच्या सांगण्यानुसार पुढील व्यवस्था पहात. यामुळे शिवाजी महाराज आणि जिजाबाईंच्या आर्थिक स्थितीमध्ये देखील सुधारणा झाली होती. पती विरहाने होरपळून निघालेल्या जिजाबाईच्या जीवनात आता आनंदाचे दिवस येऊ लागले. त्या आता स्वतः पंचायतीमध्ये हजर राहून निर्णय पण घेवू लागल्या.

या सर्व सुधारणांचे श्रेय खरेतर दादोजी कोंडदेव यांनाच द्यायला हवे. त्यांनी जे मनापासून आणि निःस्वार्थपणे कार्य केलं, तशा प्रकारचं दुसरं उदाहरण इतिहासात सापडणे कठीण आहे. असे असले तरी या गोष्टीची जाणीव इतिहासालाच आहे. ते क्षण भर देखील आपले कर्तव्य विसरले नाहीत. वास्तव तर हे आहे की त्यांनी शिवाजींची नाही तर जिजामातेची देखील सेवा केली.

शिवबाचे शिक्षण

जहागिरीच्या व्यवस्थेत सुधारणा झाल्यावर माता जिजाबाईने शिवाजी महाराजांच्या शिक्षणाच्या संदर्भात विचार केला. त्यांना धर्म तसेच राजकारणाचे ज्ञान व्हावे म्हणून एका पंडिताची व्यवस्था केली. त्यांना रामायण-महाभारत आदींमधील गोष्टी सांगण्यात आल्या. पंतोजीच्या मार्गदर्शनाखाली त्यांना अक्षर ज्ञानासोबतच सामान्य व्यवहारातील गणिताचे शिक्षण देखील देण्यात आले. या धार्मीक शिक्षाणामुळे शिवाजी महाराज आपल्या आईबद्दल अतिशय श्रद्धावान बनले.

बहुधा असे म्हणतात की शिवाजी महाराज निरक्षर होते. परंतु ही गोष्ट खरी नाही. त्यांना औपचारीक स्वरूपाचे शिक्षण मिळाले नसले तरी ते अगदीच निरक्षर नव्हते. असे असले तरी या संदर्भात ठोस अशी माहिती मिळत नाही. तरी पण इतिहासकार ते निरक्षर असल्याचे समजत नाहीत. हे खरे आहे की त्यांना योग्य वयात शिक्षण दिल्या गेले नाही. ज्यावर्षी त्यांना अक्षरज्ञान देण्यात आले त्यावर्षी त्यांचं वय दहा-पंधरा वर्षांचं होतं. योग्य आणि औपचारीक शिक्षण नसताना देखील त्यांनी जे कार्य करून दाखवलं, चांगल्या शिकलेल्या लोकांकडून असे काही करण्याची आशा करणे काल्पनीक वाटते.

विवाह

शिवाजींच्या जीवनात माता जिजाबाईने नेहमीच त्यांच्या पित्याची भूमिका केली आहे. वर्ष १६३८ पासून १६४० पर्यंत शहाजी विजापुरसाठी पश्चिम कर्नाटक जिंकून

घेण्यात व्यस्त होते. जिजाबाईचा थोरला मुलगा तसेच दुसऱ्या पत्नीपासून झालेला मुलगा एंकोजी दोघेही आपल्या वडिलांसोबतच होते. शिवाजी महाराज आपली प्रेमळ आई तसेच पालक दादोजी कोंडदेव यांच्या देखरेखीखाली वाढत होते. जिजाबाईने सन १६४० मध्ये फलटणच्या निंबाळकर घराण्यातील कन्या सईबाईसोबत त्यांचा विवाह क़ेला. उघडच आहे की त्यांच्या या विवाहाला त्यांचे वडील किंवा भाऊ कोणालाही येता आले नव्हते.

इथे हे सांगायला हरकत नाही की हा त्यांचा प्रथम विवाह होता. इतिहासकारांच्या मते त्यांचे आणखी सात विवाह देखील झाले होते. त्याकाळाच्या प्रचलित समाज व्यवस्थेनुसार या गोष्टीला चुकीचे समजले जात नव्हते. सईबाईशिवाय त्यांच्या सातही बायकांची नावे पुढील प्रमाणे आहेत- सुमनबाई, सोयराबाई, पुतळाबाई, लक्ष्मीबाई, सकवारबाई, काशीबाई तसेच गुणवंताबाई.

शिवाजींचा हा पहिला विवाह ते बारा-वर्षाचे असतानाच झाला होता. आजचा समाज त्या लग्नाला बालविवाह असेच म्हणेल. परंतु त्या काळात बालपणीच लग्न होणे एक सामान्य बाब होती. कदाचित या मागे माँसाहेबांची प्रेमळ इच्छा देखील असू शकेल.

पिता-पुत्र मिलन

दादोजींच्या नेतृत्त्वाखाली शहाजी भोसले यांची जहागिरी सुधारीत होत होती. त्यांना या बातम्या नेहमी मिळत रहात. त्या ऐकून आनंद होणे स्वभावीकच होतं, परंतु शिवाजी महाराजांची प्रगती पाहून विजापूर दरबार प्रसन्न नव्हता. त्यांना विजापुरवरून अशा बातम्या मिळू लागल्या की शिवाजी महाराज आपली आई आणि दादोजी कोंडदेवांच्या नेतृत्त्वाखाली विजापुर तिथे असणाऱ्या अधिकाऱ्यांची अवहेलना करीत आहेत. शिवाजी महाराजांनी आपल्या जहागिरीच्या सुव्यवस्थेसहित आपल्या प्रजेचं संघटन देखील केलं होतं तसेच जुन्या किल्ल्यांची डागडुजी करून त्यात आवश्यक ती सामग्री पण ठेवली होती. त्यांच्या अशा कारवाया पाहून विजापूर दरबारचे कान उभे रहाणे स्वभावीकच होते.

या शंकापूर्ण समाचारासहित शहाजी चार वर्षापासून आपली पत्नी आणि मुलाला देखील भेटले नव्हते तसेच आपल्या सुनेला पहाण्याची देखील त्यांना खूप उत्सुकता होती. म्हणून त्यांनी या सर्वांना भेटण्यासाठी बंगलोरला बोलावले. सन १६४० मध्ये माँसाहेब जिजाऊ, दादोजी कोंडदेव, शिवाजी महाराज आणि त्यांची पत्नी सईबाई शहाजींना भेटायला बंगलोरला गेले.

शहाजी विजापूरच्या मुस्लिम शासकाचे एक स्वामीभक्त अधिकारी होते. त्या राज्याच्या सीमेवरील हिंदू राजांना त्यांनी नेस्तनाबुत केले होते. त्याउलट जिजाबाई, दादोजी आणि शिवाजी महाराज स्वराज्याचे स्वप्न पहाणारे तसेच हिंदू संस्कृतीच्या विचाराने ओतप्रोत भरलेले होते.

विजापूर दरबारात

जिजाबाई आणि शिवाजी महाराज परत येऊ इच्छित होते. त्या दरम्यान शहजींना आदेश मिळाला की त्यांनी दरबारात हजर व्हावं. शेवटी ते आपल्या पुत्रासहित दरबारात दाखल झाले. तिथे गेल्यावर सर्वांना नतमस्तक होवून बादशहाला सलाम करावा लागत होता. शहाजीने तशाप्रकारे सलाम केला. बाल शिवबाला आपल्या वडिलांचे अशाप्रकारचे वागणे मोठेच अपमानजनक वाटले. त्यांनी सलाम नाही केला. केवळ मराठा पद्धतीने नमस्कारच केला. आदरभार व्यक्त करण्यासाठी तितका तो पुरेसा आहे, पण त्याला नतमस्तक होवून केलेला सलाम म्हणता येणार नाही. शिवाजी महाराजांचे असे वागणे बादशहाला अशिष्ट आणि अपमानजनक वाटले. शहाजीकडे या गोष्टीचे स्पष्टीकरण मागण्यात आले. त्यावर ते म्हणाले शिवाजी एक छोटं लेकरू आहे. त्याला राजदरबारातील नियम वगैरे काही माहीत नाहीत. म्हणून त्याचा हा गुन्हा माफ केल्या जावा. शहाजी राजांना हे चांगले माहीत होते की शिवाजी मुस्लिमाच्या अत्याचारामुळे त्यांची घृणा करतोय. त्याने मुद्दामपणेच तसे केले होते.

पिता-पुत्राच्या विचारात जमीन-अस्मानचे अंतर होते. त्याचा हा विरोध स्पष्ट दिसू लागला होता. शेवटी शिवाजी महाराज आणि जिजाबाईने त्या ठिकाणाहून परत जाण्याचा निश्चय केला. इथे या गोष्टीचा उल्लेख करणे अप्रस्तुत ठरणार नाही की जिजाबाईला शहजींना भेटून फारसा आनंद झाला नव्हता. त्याचे कारण शहाजी करीत असलेली मुस्लिमांची चाकरी हे होतं. दुसरे कारण पती म्हणून असणारी नाराजी हे होतं. शहाजीने त्यांचा एकप्रकारे परित्यागच केला होता. तसेच त्यांनी बंगलोरमध्ये त्यांच्या दुसऱ्या पत्नीसोबतचा संसार चांगला चालला असल्याचे पाहिले होते. काही का असेना, शेवटी त्या पण एक स्त्रीच होत्या. कदाचित त्यांना असेही वाटले की पतीने त्यांना इकडे बोलावून जखमेवर मीठच चोळले आहे. म्हणून त्या एकट्या शिवबाला कोंडदेवाकडे सोपवून स्वतः जवळ-जवळ एक वर्षापासून कांची रामेश्वरच्या यात्रेवर निघून गेल्या. दादोजी कोंडदेवांनी मध्यस्ती करूनही त्यांच्या संबंधात गोडवा आला नव्हता.

त्यांना भेटायला ज्यावेळी शिवाजी महाराज विजापूरला गेले होते, असे म्हणतात की एकदा एक कसाई एका गाईची हत्या करण्यासाठी चालला होता. ते पाहून शिवाजी

महाराज क्रोधीत झाले. त्यांनी तात्काळ कमरेची तलवार काढून कसायाचे डोके उडवले. या प्रकरणाची चौकशी झाली. शेवटी आगामी संकट लक्षात घेता त्यांना लवकरच विजापूर सोडावे लागले.

इकडे माता जिजाबाई तीर्थ यात्रेसाठी बंगलोरला आल्या होत्या. त्या तिथे अधिक वेळ थांबण्याच्या विचारात नव्हत्या. शेवटी १६४२ च्या अखेरीस अथवा १६४३ च्या सुरूवातीला दोघे, माता जिजाबाई आणि पुत्र शिवबा आपल्या सेवकांसहित पुण्याला दाखल झाले. दादोजी कोंडदेव त्यापूर्वीच परत आले होते. परंतु येतांना शहाजीने शिवाजी महाराजांसाठी स्वतंत्र दरबाराला लागणारी सर्व सामग्रीची व्यवस्था केली होती. त्याशिवाय त्यांना पायदळ सैनिक, घोडदळ सैनिक तसेच हत्तीस्वार सैनिक, किंमती झेंडे, राजचिन्ह तसेच पुरेशी रक्कम देखील दिली होती. असे म्हणतात की, शहाजीने शिवाजी महाराजांना सरकार चालवता यावे म्हणून शामराव निळकंठ (पेशवा) बाळकृष्ण पंत (मुजुमदार) बालाजी हरीजी (सभासद) रघुनाथ बल्लाळ (कोरडे) सोनोपंत (डबीर) तसेच रघुनाथ अत्रे (चिटणीस) आदी कर्मचाऱ्यांना देखील त्याचवेळी किंवा वेळोवेळी पाठवले. या सर्व गोष्टीवरून हे सिद्ध होते की शहाजीला मनापासून वाटत होते की शिवाजीने एका स्वतंत्र राज्याचा शासक व्हावं. परंतु परिस्थितीमुळे त्यांना जाहीरपणे तसं करता येत नव्हतं. तसे केल्यास शहाजीला त्याची जबरदस्त किंमत चुकती करावी लागली असती. यामधून शहाजी भोसलेंच्या दूरदृष्टीचा परिचय देखील होतो.

पुण्याला परतल्यावर शिवाजी महाराज पुन्हा आपल्या जहागिरीची देखभाल करण्यासोबतच आपल्या उद्दिष्टासाठी प्रयत्नशील राहिले. आपल्या वडिलाच्या या कृतीने त्यांच्या लक्षात आले आले की स्वराज्याला वडिलांचे पण मूक समर्थन दिसते आहे. हळू हळू शिवाजी तारूण्यात पदार्पण करू लागले. त्यांच्यासोबत त्यांचे बालपणीचे विश्वासू सवंगडीही होते. जे मनापासून त्यांना मदत करायला तयार होते.

प्रकरण दुसरे

कार्यान्वयन

तत्कालीन सामाजिक तसेच राजकीय परिस्थिती.

मुस्लिम सत्तेचे पारडे मजबूत होत असतानाच भारतात हिंदू राजांची पिछेहाट होण्यास सुरूवात झाली होती. औरंगजेब आला त्यावेळी ही स्थिती टोकाला गेली होती. महाराष्ट्र या स्थितीपासून स्वतःला वाचवू शकला नाही. हिंदूची मंदीरे जमीनदोस्त केल्या जात. मुर्त्या तोडल्या जात. नेहमी कसल्यानू कसल्या अत्याचाराच्या घटना घडत. मुस्लिमांच्या या अत्याचारांचे दक्षिणेकडील संत साहित्यात अंत्यत विस्ताराने वर्णन आले आहे. संत देशभर फिरत असतात. सगळीकडे त्यांना हेच चित्र दिसत असे. या दुःखद स्थितीला पाहून ईश्वराकडे प्रार्थना करीत की - हे ईश्वरा ! तू आवतार घेऊन रावण आदी असुरांचा विनाश केला होता आणि जगाचा उद्धार केला होता. अगदी तशीच परिस्थिती आज देखील आहे. तू डोळे बंद करून का बसला आहेस? काय आमची ही करूणाजनक दशा पाहून तुला दया येत नाही? आमचे रक्षण कर.

हिंदूचे बळजबरीने धर्म परिवर्तन केल्या जात होते. बहुतेक सर्व हिंदूने मुस्लिम सत्तेचा स्वीकार केला होता. दक्षिणेकडचे जवळ-जवळ सर्व हिंदू राजे इतिहास जमा झाले होते. या दयनीय आवस्थेत शिवाजी महाराजांनी आपल्या आरंभीक अवस्थेचा चांगल्या प्रकारे अनुभव घेतला होता. पुण्याची आपली जहागिरी सांभाळताना असल्या आत्याचाराचा सामना करावा लागत होता. याचे वर्णन वर देण्यात आले आहे. त्यावेळी त्यांच्या या जहागिरीवर मुस्लिमाचीच सत्ता होती. माता जिजाबाईने त्यांना बालपणीच प्राचीन गौरवाच्या कथा ऐकवल्या होत्या. त्यांचे वडील तसेच बंधुची निजामशाहीने निघृणपणे हत्या केली होती. शहाजीच्या आजोळचे बजाजी निंबाळकर यांना बळजबरीने मुस्लिम बनवले होते. अशाच घटना जवळ-जवळ देशभर घडत होत्या. दादोजी कोंडदेवांनी या सर्व गोष्टीची जाणीव त्यांना करून दिली होती.

बाल शिवाजी हळू-हळू आपलं कार्य आणि जबाबदारी समजू लागले होते. त्यांच्या विचारात देखील वयासोबत परिपक्वता येत गेली. त्यांचे कार्य पाहून माता जिजाबाई

तसेच दादोजी कोंडदेवाच्या हृदयात एका नवीन आशेचा संचार झाला होता. त्यांना वाटू लागले की त्यांचे प्रयत्न व्यर्थ जाणार नाहीत. त्या शिवाजी महाराजांच्या कार्यांचे कौतूक करत. त्यामुळे शिवाजी महाराजांचा उत्साह अधिक वाढे. आपल्या या दोन पालकाच्या मार्गदर्शनाखाली शिवाजी महाराज दिवसेंदिवस प्रगती करीत गेले आणि आपल्या जहागिरीमध्ये लोकप्रिय झाले. दादोजी कोंडदेव तसेच माता जिजाबाई शिवाजी महाराजांच्या केवळ या कार्यांवर समाधानी नव्हते. ते त्यांना एक स्वतंत्र शासक म्हणून पाहू इच्छित होते.

स्वप्नाचा श्रीगणेशा

आपल्या वडिलांची मूक सहमती असल्याने पुण्यात गेल्यावर शिवाजी आपले उद्दिष्ट प्राप्त करण्याची पायाभरणी करू लागले. त्यांच्या बालपणीचे मित्र, जे अद्याप लहान होते. त्यांचे एक संघटन बनवले. हे संघटन त्यांना कसल्याही प्रकारची मदत करायला आणि गरज पडल्यास आत्मबलिदान करायला देखील तत्पर होतं. शिवाजी महाराज स्वतंत्र राज्याची स्थापना करण्यासाठी कटिबद्ध झाले. ते या संदर्भात आपल्या सहकार्यासोबत चर्चा करू लागले. त्यांच्या मित्रमंडळीत गोमाजी नायक, पानसंबळ, येसाजी कंक, तानाजी मालुसरे, बाजी पासलकर, बाजीराव जेधे यांची नावे उल्लेखनीय आहेत. जशी या मित्रांची संख्या हजारांच्यावर पोहचत होती. तसतशी दादोजी कोंडदेव यांचे मार्गदर्शन वेळोवेळी मिळत होते.

उद्दिष्ट प्राप्तीसाठी शिवाजी महाराज आणि त्यांचे मित्र मावळ प्रदेशाच्या पायथ्याशी घोड्यावर स्वार होवून चक्कर मारून येताना, लहान मोठे किल्ले, गुप्त मार्ग, घाट आदींचे सूक्ष्मपणे निरीक्षण करीत असत. त्यासाठी गुप्तहेरांची नियुक्ती पण केली, मुस्लिमाचे स्थानीक अधिकारी कोण आहेत आणि कोठे रहातात, किल्ल्यात त्यांची अंतर्गत व्यवस्था कशी आहे. किल्ल्याचे रक्षक कशाप्रकारे दक्ष असतात. कोणामध्ये कसल्या उणीवा आहेत. त्यांच्या काय कमजोऱ्या आहेत. या किल्ल्यावर हल्ला करण्यासाठी किती तयारी करावी लागेल. बाजार, आदीमध्ये भाग घेत. मावळ प्रदेशाच्या अंतर्गत व्यवस्थेचे देखील कुशलपणे निरीक्षण करू लागले.

आपल्या सहकार्यांचा उत्साह वाढविण्यासाठी मुस्लिमांच्या अत्याचाराचे वर्णन करताना शिवाजी महाराज म्हणतात, “परदेशी मुसलमान आपला देश तसेच धर्मावर अत्याचार करीत आहेत. काय या अत्याचाराला रोखणे धर्म नाही? आणि तसे करणे अंत्यत गरजेचे आहे. परदेशी लोकांनी दिलेली बक्षीसे आणि आपली वडिलोपार्जित संपत्ती यावरच आपण का समाधान मानावं? आपण हिंदू आहोत, हा समग्र देश आपला

आहे. असे असताना या भूमिवर मुस्लिमाची सत्ता आहे. ते आपल्या मंदीराना अपवित्र करीत आहेत. आपल्या मूर्तीची नासधूस करतात, आपली संपत्ती लुटतात. आपल्या देशबांधवांना बळजबरीनं मुसलमान बनवतात आणि गायींची हत्या करतात. यानंतर आपण हा प्रकार खपवून घेणार नाही. आपल्या भूजामध्ये बळ आहे, आपल्या पवित्र धर्माच्या रक्षणासाठी आता आपण तलवारी काढल्या पाहिजेत. आपल्या जन्मभूमिला स्वतंत्र करू. आपल्या प्रयत्नाने नवा प्रदेश आणि संपत्ती प्राप्त करू. आपण अपल्या पूर्वजाप्रमाणेच वीर आणि लायक आहोत. आपण जर या पवित्र कार्याला आरंभ केला, तर निश्चितच ईश्वर आपली मदत करील. माणसाने त्याच्याकडील सर्व उपलब्ध साधनांचा उपयोग करायला हवा. त्याला निश्चितच यश मिळतं. सुदैव किंवा दुर्दैव असे काहीही नसते."

त्यांचे हे जोशपूर्ण भाषण ऐकूण त्यांच्या उत्साही मित्रांच्या मनात जन्मभूमिबद्दलचं प्रेम उफाळून येई. बंगलोरवरून परत आल्यावर काही दिवसाच्या आतच शिवाजी महाराजांनी मावळच्या सीमेवरील गावांना आपल्या जहागिरीला जोडले आणि लवकरच कोंडाणा किल्ला ताब्यात घेऊन त्यांचे नाव बदलून सिंहगढ ठेवले. ही बातमी विजापूर दरबारी समजल्यावर शहाजीला दरबारातून काढून टाकण्यात आले तसेच सुलतानने कान्होजी जेधे यांना १ ऑगस्ट १६४४ ला पुढील संदेश पाठविला.

"शहाजी भोसले यांना अपमानीत करून दरबारातून काढून टाकण्यात आले आहे. आम्हाला असे समजले आहे की त्यांचे प्रतिनिधी दादोजी कोंडदेवाने कोंडाणा किल्ल्यावर विद्रोही हालचाली करायला सुरूवात केली आहे. ते दडपून काढणे आणि त्या प्रदेशावर आपला अधिकार सिद्ध करण्यासाठी खंडोजी आणि बाजी घोरपडे यांची नियुक्ती केली आहे. ते त्याचा बंदोबस्त करतील. या पत्राद्वारे आपणास सुचित करण्यात येते की, घोरपड्यांना सैन्याची मदत द्यावी आणि आपल्या पूर्ण शक्तीने धूर्त विद्रोही दादोजींचा त्यांच्या पिलावळीसहित नाश करावा. हे कार्य तडीस नेल्यास आपल्याला योग्य ते बक्षीस देण्यात येईल."

कान्होजी जेधे शहाजीचे परममित्र तसेच शिवाजी महाराजांचे प्रबळ समर्थक होते. त्यांनी या संदर्भात सांगितल्याप्रमाणे काहीही केले नाही. म्हणून नंतर शहाजीसोबत त्यांनाही कैद करण्यात आले.

स्वतंत्र हिंदवी स्वराज्याचा संकल्प

आपल्या वरील यशानंतर शिवाजी महाराजांचा उत्साह वाढला. शेवटी ३० मार्च १६४५ या शुभदिनी त्यांनी स्वतंत्र हिंदवी स्वराज्याची स्थापना करण्याचे व्रत घेतले. हे व्रत

घेतल्यानंतर त्यांनी आपली राजमुद्रा सुरू केली. या राजमुद्रेवर लिहिलेले आदर्श शब्द अशाप्रकारे आहेत, "शहाजींचे पुत्र शिवाजींचे हे नाणे कल्याणासाठी प्रकाशमान आहेत. हे चंद्रकलेप्रमाणे दिवसेंदिवस वाढणारी आहे आणि विश्व याचा सन्मान करणार आहे." स्वराज्यसत्ता चालविण्यासाठी नव्या पदांची निर्मिती आणि त्यावर नियुक्ती केल्या. त्यानंतर ते जिवावर उदार होवून आपल्या उद्दिष्टपूर्तिसाठी कामाला लागले. सर्वप्रथम त्यांनी जवळ-पासचे किल्ले ताब्यात घेण्याचा निर्णय घेतला आणि काही काळातच तोरणा, चाकण आदी ताब्यात घेतले.

तोरणा किल्ल्यावर अधिपत्य

१६४६ मध्ये शिवाजीने तोरणा गडाला सहाजपणे आपल्या ताब्यात घेतले. असे म्हणतात की हा किल्ला ताब्यात घेण्यासाठी त्यांनी किल्ल्याच्या रक्षकाला मोठी रक्कम देवून फितूर केले होते. या किल्ल्यात त्यांना पुरलेला प्रचंड सोन्याचा साठा देखील मिळाला होता; हा किल्ला ताब्यात घेऊन त्यांनी हे सिद्ध कराण्याचा प्रयत्न केला की हे कार्य करून त्यांनी सुलतानाला मदत केली आहे. आपल्या प्रतिनिधीला पाठवून त्यांनी विजापूरच्या सुल्तानाला असा विश्वास दिला की या ओसाड किल्ल्यावर अधिकार मिळवून तिथे शक्तीशाली सुरक्षा व्यवस्था करणे बुद्धिमत्तेचं कार्य आहे. त्यांचा हा तर्क कामी आला. किल्ल्याच्या जवळपासची जमीन शिवाजी महाराजांनी देशमुखांना दिली. यामुळे की त्यांनी विरोध करू नये. सोबतच त्यांनी विजापूरच्या अनेक अधिकाऱ्यांना मोठ्या रक्कमा देवून फितूर केले, त्यामुळे विजापूरचे त्यांच्यावरील लक्ष कमी झाले. तिकडे शिवाजी महाराजांनी फितूर केलेले अधिकारी विजापूर दरबारला झुलवत होते. इकडे शिवाजी महाराज आपल्या मावळ्यांची संख्या झपाट्याने वाढवत होते. आपली शक्ती वाढविण्यासाठी त्यांनी तोरणा किल्ल्याची डागडुजी करण्याचे काम देखील हाती घेतलं. या किल्ल्याची डागडुजी करीत असतानाच त्यांना धनाचा साठा सापडला होता. हे धन सापडल्यानेच शिवाजी महाराजांसमोरच्या आर्थिक समस्या कमी झाल्या. त्यामधून त्यांना मोठ्या प्रमाणात शस्त्रास्त्रे आदी खरेदी करता आली तसेच एका नव्या किल्ल्याच्या निर्मितीला देखील सुरूवात करता आली. तो किल्ला तोरणा गडापासून तीन मैलावर दक्षिणेकडे मोरबुध नावाच्या ड़ोंगरावर बांधण्यात आला.

नव्या किल्ल्याच्या निर्माणाची बातमी विजापूर दरबारात पोहोचली. तेथून हे बांधकाम थांबविण्याचा आदेश मिळाला. कर्नाटकात शहाजी राजेंना देखील विरोधपत्र पाठविले. तसेच ह्या कार्याच्या औचित्याचे स्पष्टीकरण मागविण्यात आले. पत्राला उत्तर देताना शहाजीने विजापूर दराबराला कळवले की, "शिवाजी महाराजांनी हा किल्ला बांधताना मला विचारलेले नाही. तरीपण माझे संपूर्ण कुटुंब विजापूर राज्याचे सेवक आहे. तात्पर्य

निश्चितच शिवाजी महाराज जहागिरीचे रक्षण, सुरक्षा तसेच राज्याची उन्नती करण्यासाठीच किल्ल्याचे बांधकाम करीत असावेत."

त्यानंतर शहाजीने दादोजीला पत्र पाठवून किल्ला बांधण्याचे प्रयोजन विचारले तसेच ते थांबविण्यात यावे अशी आज्ञा केली. दादोजीने शिवाजी महाराजांना समस्त माहिती दिली तसेच सल्ला दिला की सुरक्षेसाठी या किल्ल्याचे बांधकाम थांबविल्या जावे. शिवाजी महाराजांनी दादोजींचे बोलणे लक्षपूर्वक ऐकले. परंतु त्यांनी बांधकाम नाही थांबवले.

तोरणा किल्ल्याचा ताबा घेतल्यावर काही दिवसानंतरच ७ मार्च १६४७ ला दादोजी कोंडदेवाचा मृत्यू झाला. मृत्यूपूर्वी त्यांनी शिवाजी महाराजांना बोलावून म्हटले,

"राजे ! आता सर्व जबाबदारी आपल्यावर आहे. आजपर्यंत मला जे योग्य वाटले ते करीत गेलो, सांगत गेलो. तुम्ही निष्ठापूर्वक करीत रहा. ईश्वर तुम्हाला मदत करील. स्वराज्याचे रोपटे लागले आहे, त्याचे रक्षण करीत रहा."

दादोजी कोंडदेवाचा मृत्यू शिवाजी महाराज तसेच माँसाहेबासाठी एक वैयक्तिक नुकसान होते. जे कधीही भरून येणार नव्हते. तात्पर्य त्यांच्या मृत्यूने दोघांनाही खूप दुःख झाले असावे. परंतु या आघाताने शिवाजी महाराज विचलीत झाले नाहीत. त्यांना दादोजींचे शब्द नेहमी लक्षात राहिले. त्यांच्या शब्दातून त्यांना प्रेरणा मिळत राहिली. आता ते विजापूर दरबाराला थेट आव्हान देण्याचा विचार करू लागले. त्यासाठी त्यांना जास्तीत जास्त धनाची गरज होती, म्हणून जहागिरीची पूर्ण व्यवस्था आपल्या हाती घेतली तसेच काटकसरीनं खर्च करू लागले. दादोजी जमा खर्चाचे विवरण शहाजीकडे पाठवत असत. शहाजी नियमीतपणे शेती कराचा एक विशिष्ट भाग स्वतःजवळ ठेवून घेत असत. दादोजीच्या मृत्यूनंतर शहाजीचा एक प्रतिनिधी त्याचा एक भाग घ्यायला आला. त्यावेळी शिवाजी महाराजांनी त्याच्याजवळ निरोप पाठवला कि, खर्च वाढल्याने सध्या देण्यासाठी त्यांच्याकडे काहीही नाही. त्यानंतर वेगवेगळे कारण सांगून शहाजीच्या प्रतिनिधीला परत पाठवत राहिले. शेवटी त्यांनी स्पष्ट शब्दात कळवले की जहागिरीच्या जनतेवर खर्च करणे चालू असल्याने तिजोरीवर ताण पडलेला आहे, तात्पर्य आता त्यांना काहीही देणे शक्य होणार नाही. त्यांनी (शहाजीने) आपल्या कर्नाटकाच्या समृद्ध जहागिरीमधून आपला खर्च चालवावा.

चाकण ताब्यात

शिवाजी महाराजांच्या या जहागिरीमध्ये चाकण सुपा येथिल अधिकारी त्यांच्या विरोधात होते. ह्या किल्ला ताब्यात घेण्यासाठी तेथिल अधिकाऱ्यांना फितूर करणे किंवा

त्यांना तेथून घालवून देणे अंत्यत गरजेचे होते. चाकणचा किल्ला रक्षक फिरंगोजी नरसाळे होता. त्याला आपल्या बाजूने घेणे जास्त कठीण गेले नाही. शेवटी चाकण किल्ल्यावर १६४८ मध्ये त्यांचा सहज ताबा झाला. हा किल्ला विजापूर सत्तेसाठी जाहीर आव्हान होते. किल्ला ताब्यात घेतल्यावर त्यांनी फिरंगोजी नरसाळे याला चाकणचा प्रमुख सरदार म्हणून नियुक्त केले. तसेच त्याला जवळपासच्या गावांचा कर वसूल करण्याचा देखील अधिकार दिला.

पुरंदरचा ताबा

पुरंदरचा किल्ला पुण्याच्या दक्षिण पूर्व भागात होता. त्यावर विजापूर दरबारच्या वतीने निळकंठ सरनायक रक्षक म्हणून काम पहात होता. त्याचे आणि त्यांच्या भावकीचे जमत नव्हते. १६४५ च्या पावसाळी दिवसात शिवाजीने सरनायकाला विनंती केली की त्यांना काही दिवसासाठी किल्ल्याच्या खाली आश्रय देण्यात यावा. त्याला परवानगी मिळाली. शिवाजीने किल्ल्याच्या पायथ्याशी जम बसवला. आपसातील भांडणामुळे किल्ला रक्षकाच्या भावांनी शिवाजीकडे विनंती केली की त्यांनी मध्यस्ती करावी. असे समजले की त्यांनी आपल्या मोठ्या बंधुला कैद करून किल्ला ताब्यात घेण्याची विनंती देखील केली होती. तशात दिवाळीच्या प्रसंगी किल्लारक्षकाने शिवाजी महाराज तसेच त्यांच्या आईला किल्ल्यावर बोलावले. शिवाजी महाराज आधीपासूनच तयारीत होते. त्यांनी आपल्या सैनिकांना आदेश दिला की रात्रीच्या वेळी किल्ल्याला घेरावा घालावा. रात्री शिवाजी महाराज किल्ल्यावर गेले, त्यावेळी किल्लारक्षकाला तसेच त्याच्या झोपलेल्या बंधुला बंदी करण्यात आले आणि अशा पद्धतीने किल्ला त्यांच्या ताब्यात आला. या सर्व बंधुनी खूप विचार-विमर्श केल्यांनतर शिवाजींचे वर्चस्व मान्य केले. तसेच शब्द दिला कि ते नेहमीच त्यांच्या बाजूने रहातील. नंतर त्यांना मुक्त करण्यात आले. अशा प्रकारे कसलाही रक्तपात न घडवून आणता आपले राजकीय कौशल्य दाखवून हा किल्ला शिवाजीं महाराजांच्या ताब्यात आला. किल्ला रक्षक तसेच त्याच्या बांधवानी नेहमीच मराठा राज्याची सेवा केली.

शहाजीवर राजकोप

१६६२ मध्ये विजय नगरच्या राजसिंहासनावर श्रीरंगरायचा राज्याभिषेक झाला. राज्याची सूत्रे हाती येताच त्याने राज्याची स्थिती सुधारण्याचे प्रयत्न सुरू केले आणि वेल्लोरवर अधिकार मिळवला. त्यामुळे विजापूरने त्याच्याविरोधात मोठे सैन्य धाडले. १६६४ मध्ये श्रीरंगरायला पराभूत करण्यात आले. विजापूरच्या सुलतानाला अशी

माहिती मिळाली होती की शहाजी गुप्तपणे श्रीरंगरायला मदत करीत आहेत. अगदी त्याचवेळी शिवाजी महाराजांनी देखील कोंडाणा किल्ला ताब्यात घेवून विद्रोहाचा श्रीगणेशा केला होता आणि चाकण ताब्यात घेतल्याने एकप्रकारे विजापूर सत्तेला जाहीर आव्हानच दिले होते. याचा अर्थ असा काढण्यात आला की शिवाजीं महाराजांच्या या कारवायामागे शहाजींचा हात आसावा. शेवटी अगदीच नाटकी पद्धतीने २५ जुलै १६४८ ला शहाजीला कैद करण्यात आलं. त्यांनतर लगेच विजापूरची एक तुकडी सिंहगडावर आक्रमण करायला पाठवण्यात आली. भयंकर युद्ध झाले आणि विजापूरची सेना परभूत झाली. शिवाजी महाराजांच्या विजयाने विजापूर दरबाराला त्यांच्या शक्तीचा अंदाज आला.

शहाजीचे जेष्ठ पुत्र संभाजीने देखील बंगलोरच्या किल्ल्यावर वर्चस्व मिळवले होते. शेवटी कैद करून शहाजीला विजापूरला आणले होते. शिवाजी तसेच संभाजी सारख्या दोन मुलाच्या वडिलांसोबत म्हणजे शहाजीसोबत सुलतान अदिलशहाला जास्त कठोरपणे वागता आले नाही. याशिवाय बादशहाला लकव्याचा देखील त्रास होता. म्हणून त्याने शहाजीसोबत तडजोड करणेच शहणपणाचे समजले. शहजीने देखील स्पष्टीकरण दिले की ते किंवा त्यांचे पुत्र त्यांच्या विरोधात नाहीत. त्यांना अधिक चांगले कार्य करून दाखविण्यासाठी पुरेशी भूमि तसेच विजापूर दरबाराचे समर्थन हवे आहे. त्यांना या सगळ्या गोष्टी जर मिळाल्या तर ते स्वामीभक्तीपूर्ण सेवा करायला तयार आहेत. त्यांची ही अट मान्य करण्यात आली. त्यांनी स्वतःची सुटका करून घेण्यासाठी आपल्या दोन्ही मुलांना पत्र पाठविले की त्यांनी सिंहगड तसेच बंगलोरचे किल्ले विजापूरला परत करावेत.

शहाजींची मुक्तता

शिवाजी महाराजांना आपल्या वडिलांना कैद झाल्याची वार्ता समजली होती. त्यावेळी शहजादा मुरादबख्श मोगल सम्राटाच्या वतीने दक्षिणेकडील राज्यपाल होता. आपल्या वडिलांना मुक्त करण्यासाठी शिवाजीने मुरादबख्शची मदत घेण्याचे ठरविले. दोघांचा परस्पर पत्रव्यवहार देखील झाला. या दरम्यान मुरादबख्श दिल्लीला निघून गेला आणि आश्वासन दिल की तो या संदर्भात सम्राटासोबत बोलतील, बहुतेक या संदर्भात पुढे काही होवू शकलं नाही.

शहाजीने पाठविलेले पत्र त्यांच्या मुलांना मिळाले. शिवाजीने या संदर्भात मॉंसाहेबांसोबत चर्चा केली. मॉंसाहेबांनी आपल्या दोन्ही मुलांना सल्ला दिला की त्यांनी आपल्या वडिलांना मुक्त करण्यासाठी वरील दोन्ही किल्ले विजापूरला परत करावेत. कदाचित

दोन्ही बंधुचे या विषयावर एकमत झाले नसावे, शवेटी त्यांनी शिवाजी राजांना विनंती केली की त्यांने आपले मार्गदर्शक सोनोपंत डबीरसोबत चर्चा करावी. सोनोपंत एक कुशल राजकीयतज्ज्ञ होते. त्यांनी शिवाजी राजांना सल्ला दिला की वीर पुरूषासाठी जगातील सर्व मार्ग मोकळेच असतात. शेवटी काळाची मागणी लक्षात घेता वडिलांचा जीव वाचविण्यासाठी माता जीजाबाईचा सल्ला मान्य करण्यात आला. किल्ले काय पुन्हा जिंकून घेता येऊ शकतात. हे दोन्ही किल्ले परत दिल्यानंतरही जवळ-जवळ दहा महिने कैदेत राहिल्यानंतर १६ मे १६४९ रोजी शहाजींना मुक्त करण्यात आले.

वरील संदर्भ सरदेसाईच्या पुस्तकातील आहे. ग्रांड डफने शहाजींच्या जीवनाचं तसेच त्यांच्या मुक्तीचं वर्णन वेगळ्या प्रकारे केले आहे. त्यांच्या म्हणण्यानुसार कल्याणच्या विजयानंतर आबाजी सोनदेवने तेथील विजापूरचा प्रतिनिधी मुल्ला अहमदला कैद करून आणले होते. परंतु शिवाजी राजाने त्याला मुक्त केले होते. विजापूरचा सुलतान असे समजत होता की यामागे शहाजीचा हात होता. या काळात शहाजींची स्थिती चांगली मजबुत झाली होती. ते आपल्या जहागिरीमध्ये सुभेदाराप्रमाणे सुख भोगत होते. शेवटी त्यांची शक्ती कमकुवत करणे गरजेचे झाले होते आणि सुलतानच्या सांगण्यावरून जेवणाचे निमंत्रण देवून त्यांना कैद करण्यात आले. कैद केल्यानंतर त्यांना शिवाजी महाराजांसोबत पत्रव्यवहार करण्याची परवानगी देण्यात आली होती. शहाजीने सुलतानाला सांगितले की ते स्वतः विजापूरचे स्वामीभक्त सेवक आहेत आणि सुलतानाप्रमाणेच शिवाजी महाराजांचे विरोधक आहेत. परंतु सुलतानाचा विश्वास नाही बसला. शहाजीला काळकोठडीत कैद करण्यात आले. कोठडीला सगळीकडून बंद करण्यात आले. तिला छोटेसे छिद्र ठेवण्यात आले आणि धमकी देण्यात आली की विशिष्ट काळापर्यंत शिवाजी महाराजांनी शरणांगती पत्कारली नाही तर ते छिद्र पूर्णपणे बंद करण्यात येईल.

शिवाजी राजाला ही माहिती मिळाल्यावर त्यांनी शरणांगती पत्कारण्याचा निर्णय घेतला. परंतु त्यांची पत्नी सईबाईने त्यांना अशा आत्मघाती निर्णयापासून परावृत्त केले. त्यानंतर मोरोपंताच्या माध्यमातून त्यांनी आपल्या वडिलांच्या मुक्तीसाठी मोगल सम्राट शहाजहांसोबत चर्चा केली. शिवाजी राजे त्यापूर्वी मोगल सम्राटाच्या सेवेत होते. परंतु नंतर त्यांनी त्यांची नोकरी सोडली होती. खूप विचार विनिमय केल्यानंतर शहाजहांने शहाजीचा गुन्हा माफ करून त्यांना आपल्या सेवेत घेतले तसेच पाच हजार घोडे देखील प्रदान केले. तरीपण त्यांना चार वर्ष कैदेत घालवावे लागले.

सुपे ताब्यात

पुण्याच्या जवळच दुसरा महत्त्वपूर्ण किल्ला सुपा हा होता. त्याची रखवाली विजापूरचे

प्रतिनिधी संभाजी मोहिते यांच्याकडे होती. लक्षात ठेवण्यासारखी गोष्ट ही होती की संभाजी मोहिते शिवाजी राजांची सावत्र आई तुकाबाईचा भाऊ होता. परंतु तो शिवाजी राजांची हेटाळणी करायचा आणि विजापूरचा कट्टर सेवक होता. शिवाजींचे या किल्ल्यावर वर्चस्व होणे गरजेचे झाले होते. शेवटी त्यांनी आपल्या या मामाची मदत घ्यायचे ठरविले. मदत करायचे तर राहूद्याच उलट त्याने शिवाजींच्या हालचालीवर लक्ष द्यायला सुरूवात केली. शिवाजी महाराजांकडे तीनशे वीरांचे एक उच्च श्रेणीचे प्रशिक्षित सैन्य होतं. शेवटी एका अंधाऱ्या रात्री शिवाजी राजांनी आपल्या या मावळ्यांना घेवून अचानक सुपे वर हल्ला केला. संभाजी मोहितेला काय करावे हे पण समजले नाही. त्याला कैद करण्यात आलं. तसेच त्यांची सारी संपत्ती लुटून घेण्यात आली. त्याला पुन्हा समजावण्यात आले की त्याने शिवाजी राजाला सहकार्य करावे. परंतु त्याने काही ऐकले नाही. त्यावर त्याला विशेष सुरक्षा रक्षक दलाच्या सोबत कैद करून शहाजीकडे बंगलोरला पाठविण्यात आले. त्याच्याविरूद्ध जी काही कार्यवाही करण्यात आली, त्याची माहिती पण शहाजींना कळविण्यात आली. अशा प्रकारे सहजपणे सुपे प्रांतावर शिवाजी महाराजांचा अधिकार प्रस्थापित झाला. बहुधा ही घटना १६४९ ते १६५२ च्या दरम्यानची आहे.

स्वतंत्र राज्याची घोषणा

अशाप्रकारे चाकणपासून ते नीरा नदीपर्यंतच्या भागात शिवाजी महाराजांचा अधिकार प्रस्थापीत झाला. आपली स्थिती मजबूत करण्यासाठी त्यांनी चाकण, पुरंदर, सुपा तसेच बारामतीमध्ये सुरक्षेची योग्य ती व्यवस्था केली. आतापर्यंत त्यांना त्यांचा वेळ केवळ डोंगरी भागातच सामर्थ्य वाढविण्यासाठी दिला होता. इतर क्षेत्रावर लक्ष न देण्यामागे त्यांचा एक खास उद्देश होता. ते प्रथम आपले सामर्थ्य वाढवू इच्छित होते. ते आपल्या या राज्यव्यवस्थेला सुंदर करण्याच्या कामाला लागले होते. त्यांना एका गोष्टीची जाणीव होती की जनतेच्या सद्भावनेच्या जोरावरच राज्य सुरक्षित राहू शकतं. त्यासाठी त्यांनी १६४७ पासून पुढे सात वर्ष प्रयत्न केले. या काळात त्यांनी आपल्या राज्याच्या विभिन्न ठिकाणी भ्रमण केले. समुद्र किणाऱ्याच्या शहरात इंग्रज. डच आदी युरोपियन्सचे व्यापारी केंद्र होते. त्या सर्वांसोबत त्यांनी मैत्रीचे संबंध प्रस्थापित केले. जंजीराच्या सिद्दी जोहरसोबत मैत्री प्रस्थापित केली. या सर्वाच्या मागे त्यांचा हाच उद्देश होता की भविष्यात त्यांना आपल्या राज्याचा विस्तार करताना मदत होईल.

शिवाजीं महाराजांच्या या सर्व प्रयत्नातून त्यांची प्रजा सुखी आणि संपन्न होण्यास मदत झाली. आता विश्वास बसला की या प्रदेशावर त्यांचा पूर्ण अधिकार झाला आहे.

या विजयाच्या सुरूवातीला ते आपले पिता शहाजींचे प्रतिस्पर्धी म्हणून या प्रदेशात शासन करीत होते. परंतु शहाजींची विजापूरच्या कैदेतून मुक्ती झाल्यानंतर त्यांनी असे करणे निरर्थक समजले. आपला पहिला विजय कोंडाणा (सिंहगड) जिंकल्याच्या दहा वर्षाच्या आतच त्यांच्या लक्षात आले की आता त्यांनी स्वतंत्र राजा म्हणून स्वतःला घोषित करायला हवं. शेवटी सन् १६५३ मध्ये त्यांनी पूर्ण स्वातंत्र्याची घोषणा केली.

खरे सांगायचे तर सिंहावर कोणीही संस्कार किंवा अभिषेक करत नसतो. परंतु तो स्वतःच्या बळावर जंगलाचा राजा म्हणवून घेतो. हे उदाहरण शिवाजी महाराजांना देखील लागू होतं. ज्यावेळी त्यांचा जन्म झाला होता, त्यावेळी त्यांच्या आईला निराश्रीतासारखं जीवन जगत पालन-पोषणसाठी त्यांना अनेक संकटाचा सामना करावा लागला. तशा परिस्थितीत शिवाजी वयाच्या पंचवीसाव्या वर्षी स्वतंत्र शासक बनले.

प्रकरण तिसरे

यशाची मालिका

आता शिवाजी महाराज एक स्वतंत्र राजा होते, त्यांनी आपली ताकद इतकी वाढवली होती की ते स्वतः आपल्या राज्याची सुरक्षा करायला समर्थ होते. त्यांच्या या शक्तीचं वर्णन करताना इतिहासकार ग्रांड डफ लिहितो, "त्यांनी चित्याच्या चपळाईने ह्या क्षेत्राला आपल्या पंजामध्ये पकडले होते. ते तोपर्यंत दऱ्या-खोऱ्यातून आपले सामर्थ्य वाढवू लागले. आपण पाहिजे तितके सामर्थ्यशाली झालो आहोत हे लक्षात येईपर्यंत त्यांचे हे कार्य चालू होते. त्यांच्या अस्तित्त्वानंतर त्यांच्या शक्तीचा अंदाज लावल्या जावू लागला. त्यावेळी लोकांच्या लक्षात आले की, शिवाजी महाराजांकडे इतके सामर्थ्य होते. ते कसल्याही प्रकारचा सामना करायला समर्थ होते. शेवटी त्यांनी जोर लावून राज्यविस्तार करण्याचा निर्णय घेतला."

जावळीवर आक्रमण

शिवाजीं महाराजांच्या वाढत्या शक्तीला लक्षात घेता मावळच्या बहुतेक जहागीरदारांनी शिवाजी महाराजांचे नेतृत्त्व स्वीकारले होते. परंतु काही असे होते ज्यांना आपण उच्चकुलीन असल्याचा अभिमान होता आणि शिवाजी महाराजांना ते नीच कुळाचे समजत असत. महाबळेश्वरच्या डोंगराच्या पश्चिम घाटावर जावळी नावाची जहागिरी होती. ती मोरे घराण्याच्या वर्चस्वाखाली होती. मोरे घराणे स्वतःला चंद्रगुप्त मौर्याच्या वंशातले समजत होते. तर तिकडे भोसले घराण्याला तत्त्कालीन व्यवस्थेत शूद्र समजण्यात येत होते. हे एक प्राचीन देशमुख घराणं होतं तसेच समाजात त्यांची चांगली प्रतिष्ठा होती. शिवाजी महाराजांनी या घराण्याला आपलेसे करून घेण्याचा खूप प्रयत्न केला. परंतु त्यात त्यांना काही यश आलं नाही. अशाप्रकारे आपल्या शेजारीच आपला शत्रू असावा, हे काही सहन करण्यासारखे नव्हते. हा मार्गातला दगड बाजूला करण्यासाठी काय करावे याचा शिवाजी महाराज विचार करू लागले. त्यांना असे वाटत होते की कमीत -कमी नुकसान सहन करून ही समस्या सुटली पाहिजे.

यापूर्वी शिवाजी महाराजांनी या घराण्यासोबत दोस्ती करण्याचे देखील अनेकदा

प्रयत्न करून पाहिले. शिवाजी महाराजांनी ज्यावेळी आपण स्वतंत्र असल्याचे घोषित केले तसेच छत्रपती ही उपाधी धारण केली. तेव्हा ते मोरे घराण्याला सहन झाले नाही. जावळी अशा ठिकाणी वसलेले आहे, की ज्याची सुरक्षा काळजीचा विषय नव्हता. त्याच्या उच्चकुलीन भावनेनं त्याना शिवाजी महाराजांच्या विरोधात लढायला प्रवृत्त केले. तो विजापूरचे समर्थन करीत शिवाजी महाराजांनी हा द्वेष कमी करण्यासाठी मोरे घराण्यासोबत विवाहसंबंध प्रस्थापित करण्याचा देखील प्रस्ताव ठेवला होता, परंतु उच्चकुलीन भावनेनं झापटलेल्या मोरेला हा प्रस्ताव कसा मान्य असू शकत होता? शिवाजी महाराजांना कसल्याही प्रकारची मदत करयला नकार देण्यात आला. या सगळ्या गोष्टीला केवळ नकारच मिळाल्याने याचा बदला घेतला जाईल. असा ईशारादेखील शिवाजी महाराजांनी दिला. या ईशाऱ्याला उत्तर देताना मोरे घराण्याने अपमान करीत स्पष्ट केले की, "तुमच्या ह्या धमकीला हेच उत्तर आहे की आम्ही तुमच्या प्रस्तावाचे स्वागत करतो, उद्या येणार असाल तर आजच या आणि जितके काही सैन्य असेल तितके घेऊन या. तुम्ही स्वतंत्र राजा असल्याच्या गोष्टी कशाला करता? तुम्हाला कोण राजा समजतं? तुम्ही कालच तुमचे थोडे-फार अस्तित्व निर्माण केले असून आज स्वतःला राजे म्हणवून घेवू लागलात. स्वतःच्या घरात बसून मोठ-मोठ्या थापा मारण्याला काय अर्थ आह? जावळीला या, म्हणजे तुम्हाला कळेल की या सुंदर प्रदेशात तुमचे कसे स्वागत होते ते. विजापूरच्या सुलतानाने आम्हाला जो सन्मान दिला आहे, त्याचा आम्ही आदर करतो, त्यांच्या आदेशाचे पालन करणे आम्ही आमचे प्रथम कर्तव्य समजतो, मग काय व्हायचे असेल ते होवो."

अशा पद्धतीने मोरे घराण्यानी शिवाजी महाराजांचा अपमान करण्याचे काही बाकी ठेवले नाही. याशिवाय स्वतःला श्रेष्ठ क्षत्रिय म्हणून सिद्ध करण्यासाठी त्यांनी क्षेत्रिय कुलवंतास ही उपाधी देखील धारण केली, ज्याद्वारे ते स्वतःला श्रेष्ठ क्षेत्रिय सांगत शिवाजी महाराजांना कमी लेखू इच्छित होते.

खरे सांगायचे तर मोरे घराण्याच्या विनाशाचे दिवस आले होते. त्यामुळेच त्यांनी उच्च कुलीनतेचा दावा करीत दोर जळाला पण पीळ नाही गेला. याचा प्रत्येय दिला. नाही तर इतर देशमुख घराण्याप्रमाणेच तो देखील काळाचे महत्त्व लक्षात घेता आपलं घराणं वाचवू शकाला असता.

सन् १६४९ मध्ये अफजलखानला विजापूरच्या वतीने वाईचा सुभेदार म्हणून नियुक्त केले होते. त्यामुळे शिवाजी महाराजांसाठी तर आणखीनच गंभीर स्थिती पैदा झाली. अफजलखानाला शिवाजी महाराजांचा बंदोबस्त कारण्यासाठीच पाठविण्यात आले होते. परिणामी त्यांने शिवाजींचा बंदोबस्त करण्यासाठी मोरे घराण्याला मदत

करायला सुरूवात केली. त्यावेळी हनुमंतराव मोरे नावाचा व्यक्ती जावळीचा कार्यवाहक शासक होता. कारण १६४८ मध्ये दौलतराव मोरे कोणीही वारसदार न नेमता मृत्यू पावला होता. त्याच्या विधवेने एक पुत्र दत्तक घेतला होता तसेच आपल्या एका दूरच्या नातेवाईक असणाऱ्या हनुमंतराव मोरेच्या मदतीने ती शासन चालवत होती. अफजलखान आल्याने मोरे लोकांचे पारडे जड झाले होते. परंतु त्याच काळात त्याला वाई वरून कनकगिरीला पाठवण्यात आले. शिवाजी महाराजांनी स्वतःसाठी ही एक स्वर्णसंधी समजली. शेवटी डिसेंबर १६५५ मध्ये शिवाजी महाराजांनी कान्होजी जेधे, हैबतराव शिळिमकर आदी देशमुख तसेच मोरे घराण्याच्या काही जवळचे नातेवाईकाला आपल्या बाजूने केले. या लोकांच्या माध्यमातून शिवाजी महाराजांनी मोरे घराण्याकडे मैत्रीचा प्रस्ताव मांडला. सोबतच आपले सेनापती संभाजी कावजी यांच्या नेतृत्त्वाखाली एक छोटीशी सेना देखील पाठवली. सैन्याने त्यांचे निवास्थान घेरले आणि देशमुख मंडळी त्यांचा प्रस्ताव घेऊन मोरेकडे गेले. त्याने प्रस्तावाचा स्वीकार करायला नकार दिला. सैन्याने आपली कार्यवाही केली परंतु हा प्रयत्न अपयशी ठरला. शेवटी रघुनाथ बल्लाळ कोर्डे यांच्या नेतृत्त्वाखाली दुसरी सेना पाठविण्यात आली. जावळीजवळ दोन्ही गटात युद्ध झाले. त्यात हनुमंतराव मोरे मारल्या गेला. यशवंतराव पळून रादुरीच्या किल्ल्यावर गेला. घराण्यातला आणखी एक सदस्य पळून विजापूरला गेला आणि तिथे जावून आदिलशहाची मदत घेवून जावळीतून शिवाजी महाराजांना बाहेर काढण्याची योजना तयार करू लागला. जानेवारी १६५६ मध्ये शिवाजी महाराज सैन्य घेऊन स्वतः जावळीत दाखल झाले. २६ जानेवारीला शिवाजी महाराजांनी जावळीला ताब्यात घेतले. त्यानंतर ते दोन महिन्यापर्यंत तिथेच राहिले. यशवंतराव पुन्हा रादुरीवरून शिवाजी महाराजांच्या विरोधात कारवाया करू लागला. शेवटी शिवाजी महाराजांना तिथे पण सैन्य पाठवावे लागले. सोबतच त्यांनी आपल्या एका दूताला म्हणजेच हैबतराव शिमिळकरांना यशवंतरावाकडे मांडलीकत्त्व स्वीकारावे म्हणून प्रस्ताव घेऊन पाठविले. खूप वेळ चर्चा चालल्यानंतर मोरे घराणं शिवाजी महाराजांसोबत चर्चा करायला तयार झाले. मे च्या महिन्यात रादुरीच्या पायथ्याशी चर्चा करायचे निश्चित झाले. परंतु ती मंडळी ठरलेल्या स्थळी दाखल झाली, शिवाजी महाराजांनी यशवंतराव मोरे यांना ठार केले. त्याचे दोन पुत्र कृष्णाची तसेच बाजी मोरे यांना कैद करण्यात आले. कैद करून त्यांना पुण्यात आणले. नंतर ते दोघेही शिवाजी महाराजांच्या विरूद्ध कारस्थान करीत असल्याचे आढळून आल्याने त्यांची हत्या करण्यात आली.

शिवाजी महाराजांच्या समग्र जीवनावर प्रकाश टाकल्यावर स्पष्ट होते की, ह्या घटना वगळता त्यांनी अशा प्रकारच्या हत्या कधीही केल्या नाहीत. त्यांनी कैद केलेल्या

शत्रुसोबत नेहमीच दया आणि सन्मानाची वागणूक दिली. अशा प्रकारे दगा देवून हत्या करणे शिवाजी महाराजांसारख्या महान पुरूषाला न शोभणारी गोष्ट होती. त्यांच्या वरील एक दोन घटनेला इतिहासकाराने त्यांच्या उज्ज्वल चरित्रावरील काळा डाग असे म्हटले आहे.

जावळीवर वर्चस्व मिळविल्यानंतर जुन्नर ते वाईपर्यंत समस्त बारा मावळावर शिवाजी महाराजांची सत्ता प्रस्थापित झाली. त्यानंतर त्यांनी पारघाटच्या घाटीला ताब्यात घेण्याचे प्रयत्न चालवले. त्यासाठी त्यांनी आपले परम विश्वासपात्र मोरोपंत पिंगळेच्या देखरेखीखाली एका नवीन गडाची -प्रतापगडाची बांधणी सुरू केली. मोरोपंत पिंगळे यापूर्वी शहाजींच्या सेवेत कर्नाटकात होते. हा किल्ला बांधून झाल्यानंतर भवानी मातेच्या मूर्तिची प्राणप्रतिष्ठा केली. माँसाहेब जिजाबाई बहुधा या किल्ल्यात रहायला येत असत. गडाच्या बांधणीमुळे शिवाजी महाराज मोरोपंत पिंगळेवर प्रसन्न झाले. शेवटी पेशवा शामराज पंताच्या मृत्यूंनतर १६६२ मध्ये त्याला नवा पेशवा करण्यात आले.

जुन्नर आणि अहमदनगरची लूट

आतापर्यंत शिवाजी महाराजांनी कोणत्याही मोगल प्रदेशाला आपल्या ताब्यात घेतले नव्हते अथवा त्यावर आक्रमण केले नव्हते. इ.स. १६५७ मध्ये त्यांना तसे वाटू लागले आणि तसे करायला ते आता समर्थ होते. या सर्व गोष्टी सांगण्यापूर्वी मोगल सत्तेचा थोडक्यात परिचय करून देणे गरजेचे आहे. औरंगजेबाचा जन्म ऑक्टोबर १६१८ मध्ये झाला होता. अशाप्रकारे तो शिवाजी महाराजांपेक्षा नऊ वर्षाने मोठा होता. आपल्या किशोर अवस्थेत ते आपले वडील शहाजीसोबत युद्धामधील कडवट अनुभव घेत होते. ज्यावेळी शहाजहांने निजामशहाला पराभूत केले आणि निजामशहाकडून शहाजी देखील लढत होते. त्या युद्धात औरंगजेब देखील शहाजहांसोबत होता. या युद्धानंतर शहाजहां उत्तरेकडे निघून गेला. औरंगजेब १६३६ मध्ये दक्षिणेचा सुभेदार बनला. त्याला मोगलाकडून जिंकलेल्या भागात व्यवस्था करण्याचे कार्य सोपवले. तो १६४४ पर्यंत या पदावर होता. त्यांनतर तो उत्तर-पश्चिम साम्राज्याच्या युद्धात व्यस्त राहिला. पुन्हा १६५३ ते १६५८ पर्यंत तो दक्षिणेचा सुभेदार बनला. त्याच्या प्रथम कार्यकाळात शिवाजीकडून काही विशेष कार्य करण्यात आले नाही. शेवटी यावेळी त्याच्याकडून मोगल साम्राज्याला कसलीही भीती नव्हती. औरंगजेबाला शिकारीची आवड होती. म्हणून त्याने मलिक अंबरने वसवलेले शहर खडकी हे बदलून त्याचं नवीन नाव औरंगाबाद ठेवले. येथून पुण्यातील मराठ्यांच्या हालचालीवर लक्ष ठेवल्या जावू शकत होतं.

औरंगजेब ज्यावेळी दुसऱ्यांदा दक्षिणेचा सुभेदार बनून आला. तोपर्यंत दक्षिणेत अनेक बदल झाले. याकाळापर्यंत दक्षिणेत मोगल साम्राज्यात सहा सुभेदार होवून गेले होते. ज्यात मिर्जाराजे जयसिंह, शहाजादा मुरादाबख्श, तसेच शाइस्तेखान यांची नावे उल्लेखनीय आहेत. या काळात मोगलाला विरोध केल्याशिवाय शिवाजी महाराज आपली जहागिरी वाढविण्यात मग्न होते. सन १६५७ मध्ये शिवाजी महाराजांनी आपल्या हालचाली तीव्र केल्या. त्यामुळे औरंगजेबाचे लक्ष वेधल्या जाणे स्वभाविक होते. आता शिवाजी महाराजांनी मोगल साम्राज्याला आव्हान देणे योग्य समजले. शेवटी १६५७ मध्ये जावळी ताब्यात घेतल्यानंतर त्यांनी ग्रीष्मऋतू मध्ये मोगलाकडील जुन्नर तसेच अहमदनगरवर आक्रमण करून त्यांची लूट केली.

कोकणवर वर्चस्व

त्याकाळी अंतरराष्ट्रीय व्यापारासाठीची सामग्री जुन्नर ते कल्याणची मोठी सडक कल्याण आणि वसईच्या बंदरापर्यंत आणली तसेच याच मार्गाने ने-आण केल्या जात होती. त्यावेळचे ते व्यापारी केंद्र होते. तसेच येथूनच घाटाच्या खालच्या उर्वरित भागावर नियंत्रण ठेवल्या जावू शकत होते. हा प्रदेश ताब्यात आल्यावर शिवाजी महाराजांचा खूप मोठा फायदा झाला असता. सोबतच पुणे जवळ असल्याने त्याची सुरक्षा चांगल्या तऱ्हेने झाली असती. शिवाजी महाराजांचे गुप्तहेर या भागात फिरत होते आणि शिवाजी महाराजांनी या ठिकाणी जावून या भागांची चांगली पहाणी केली होती. तो प्रदेश विजापूरच्या वर्चस्वाखाली होता आणि मुल्ला या भागाचा सुभेदार होता. सन १६५५ मध्ये जावळी वरून पळून जाण्यापूर्वीच शिवाजी महाराजांच्या गुप्तहेरांनी त्यांना माहिती दिली होती की विजापूरच्या शासकाकडून मुल्ला अहमदला आज्ञा देण्यात आली होती की कल्याणहून एकत्रित धनसंपत्ती विजापूरला घेवून जावी. त्यासाठी सशस्त्र रक्षक दलाची व्यवस्था करण्यात आली होती. रस्त्यात जागोजागी सैनिक तैनात केले होते आणि स्थानीक अधिकाऱ्यांना मदत करायला सांगण्यात आले होते. शिवाजी महाराजांनी हा कोष लूटण्याची योजना आखली. त्यासाठी एका तुकडीला आदेश दिला की ज्यावेळी कोष पुरंदरमागे नेल्या जाईल, त्यावेळी त्यावर हल्ला करून तो लुटण्यात यावा. दुसरी तुकडी कल्याणवर आक्रमण करायला पाठविण्यात आली. ज्यावेळी अचानक हल्ला करून पुण्याजवळ हा कोष लुटल्या जात होता. त्याचवेळी पेशवा शामराव निलकंठ आणि त्याचा चुलतभाऊ दादोजी बापुजीने सैन्यासहित कल्याणवर हल्ला केला. सुभेदार कोषासोबत चालत होता. योजना यशस्वी ठरली. कोष लुटून राजगड किल्ला मिळवला. तसेच कल्याणवर आक्रमण करून कल्याणपण ताब्यात आले. कल्याणवर आक्रमण केले त्याचवेळी एका तुकडीने भिवंडीला ताब्यात घेतले होते.

या विजयानंतर कल्याण सागरी किणाऱ्यावर सुरक्षेची व्यवस्था करण्यात आली. माहुली तसेच कल्याण-उत्तर-दक्षिणस्थित किल्यावर देखील ताबा मिळवण्यात आला. चौल, तळे, घोसले, रामची, लोहगड, कंगोरी, तुरंगतिकोन हे सगळे थोड्याच काळात ताब्यात घेण्यात आले. सन १६५७ च्या ऑक्टोबरपर्यंत संपूर्ण कोकणात शिवाजी महाराजांचे वर्चस्व निर्माण झाले. आबाजी सोनदेवला कल्याणचा सुभेदार करण्यात आले.

शिवाजी महाराजांच्या उज्ज्वल चरित्र्याच्या विषयात कल्याण विजयाची एक घटना प्रसिद्ध आहे. ज्यावेळी आबाजी सोनदेवला कल्याणचे सुभेदार करण्यात आले. त्यावेळी तेथील माजी सुभेदाराची अप्रतिम सुंदर सून त्यांच्या हाती लागली. आबाजीने विचार केला की तिला भेट म्हणून महाराजांकडे पाठवावी. अशा प्रकारची भेट मिळाल्याबद्दल शिवाजी महाराज प्रसन्न होतील. शेवटी तिला पूर्ण सुरक्षेसह शिवाजी महाराजांकडे पाठविण्यात आले. त्या स्त्रीचा पूर्ण सन्मान ठेवत शिवाजी महाराज म्हणाले, "किती बरे झाले असते, आमच्या आई आपल्यासमान सुंदर असत्या." तिची माफी मागवून तिला सन्मानासहित परत पाठविण्यात आले. आबाजी सोनदेव तसेच इतर कर्मचाऱ्यांना सक्त ताकीद देण्यात आली की, भविष्यात त्यांनी असे काही करू नये. तसेच प्रत्येक परस्त्रीला मातेसमान समजावे.

कोकणवर वर्चस्व प्राप्त केल्यावर सागरी किनाऱ्यावर वसई ते राजापुर पर्यंतच्या एका त्रिभुजाकार क्षेत्रात शिवाजी महाराजांचे राज्य प्रस्थापित झाले. पनवेलच्याजवळ प्रबळगडावर त्यांचा अधिकार झाला नव्हता. हा गड विजापूरच्या वर्चस्वाखालील सैनिक केसरीसिंहाच्या अधिकाराखाली होता. शिवाजी महाराज सैन्य घेऊन हा किल्ला ताब्यात घ्यायला गेले. केसरिसिंह युद्धात मारल्या गेला. या किल्ल्यात शिवाजी महाराजांना सोने, मोहरा आदी गाडलेले धन मिळाले. केसरीसिंहाची आई तसेच त्याचे दोन पुत्र भीतीने लपून बसले, त्यांना सैनिकाने पकडले, शिवाजी महाराजांनी केसरीसिंहच्या आईला सांष्टांग प्रणाम घातला आणि आपल्या संरक्षणात पालखीत बसवून सन्मानाहित त्यांचे जन्मगाव देवळगाव येथे पाठविण्यात आले. किल्ल्याची सुरक्षा करताना कामी आलेल्या सैनिकांचा योग्य पद्धतीने अंत्यविधी करण्यात आला.

त्यानंतर शिवाजी महाराजांनी जुन्नर लुटले आणि नंतर त्यांची सेना लूटमार करीत अहमदनगरपर्यंत पोहोचली. अहमदनगर सशक्त रक्षक दलाच्या मदतीने वाचले, परंतु इतर ठिकाणी शिवाजी महाराज्यांच्या सैन्याने भरपूर लूट केला. जुन्नर त्यावेळी मोगलाच्या वर्चस्वाखाली होतं, त्याची लूट झाल्याने दक्षिणेचा मुगल सुभेदार औरंगजेब हादरूनच गेला. शिवाजी महाराजाला आताच त्यांच्यासोबत कसलेही वैर घ्यायचे नव्हते. शेवटी

कृष्णाजी भास्कर कुलकर्ण्याला आपला प्रतिनिधी म्हणून त्यांच्याकडे पाठवले, परिणामी त्यांनी समजावून सांगितले आणि त्यामुळे उत्तर कोकणातील विजापूरच्या किल्ल्यावर त्यांचा अधिकार मान्य झाला.

त्याचवेळी सप्टेबर १६५७ मध्ये शहाजहां आजारी असल्यामुळे औरंगजेब उत्तरेकडे परतण्याची तयारी करू लागला. यामुळे की दिल्लीच्या सिंहासनावर त्याचा कोणी दुसरा भाऊ बसू नये.. जाताना त्याने आपल्या लोकांना सक्त ताकीद दिली की शिवाजी महाराजांच्या हालचालीवर बारीक नजर ठेवण्यात यावी.

आता शिवाजी महाराज ताब्यात घेतलेल्या प्रदेशात लोककल्याणकारी व्यवस्था सुरू करण्याच्या कामात व्यस्त झाले. त्याचा परिणाम असा झाला की लोक सुखाचा अनुभव घेवू लागले. उत्तर कोकणानंतर शिवाजी महाराज दक्षिणेकडे गेले आणि सगळीकडची सुरक्षा व्यवस्था पाहू लागले. दौरा संपल्यानंतर ते राजगडावर परतले. नंतर राज्यातील प्रशासकीय सुधारणावर भर देवू लागले. देशमुख आणि देशपांडे मंडळीपैकी या कार्यासाठी अनुभवी लोकांना निवडण्यात आले. तसेच त्यांना महत्त्वाच्या पदावर नियुक्त करण्यात आले. अनेक इतर किल्ल्यावर कपटाच्या किंवा बळाचा वापर करून तिथे विश्वासपात्र रक्षकांच्या नियुक्त्या केल्या. कष्टाळू आणि ईमानदारीने काम करणाऱ्या कर्मचाऱ्यांना पुरस्कार देण्यात आला. तसेच याउलट वागणाऱ्या कर्मचाऱ्यांना कायमच्या सुट्टीवर पाठवले.

प्रशासकीय कामे वाढावीत म्हणून नव्या नियुक्त्या केल्या. आबाजी सोनदेवाचा भाऊ निळो सोनदेवला मजूमदार करण्यात आले. गंगुमंगाजी वाकेनवीस तथा आण्णाजी दत्ते यांना सचिव करण्यात आले. सरनौबत मानकोजी रिसाळे (सेनापती) याचे देहावसन झाल्यावर या पदावर नेताजी पालकर यांची नियुक्ती करण्यात आली. चिटणीसाच्या पदावर अंत्यत योग्य तसेच स्वामीभक्त व्यक्ती आबाजी यांची नियुक्ती करण्यात आली.

भवानी तलवार

शिवाजी महाराजांनी आपल्या तलवारीचे नाव भवानी ठेवले होते. ती तलवार त्यांना अतिशय प्रिय होती. ही तलवार त्यांनी कुडाळ येथून विकत घेतली होती. सन १६५७ मध्ये पूर्ण वर्षभर शिवाजी महाराज आपल्या राज्याचा दौरा तसेच प्रशासकीय व्यवस्थेत व्यस्त होते. १६५८ च्या ग्रीष्मामध्ये कुडाळवर रूस्तूम-ए-जमा ने आक्रमण केले. तेथील शासक एक भोसले वंशाचाच होता. त्याने आक्रमण झाल्यावर शिवाजी महाराजांकडे मदत मागितली. शिवाजी महाराज हरेश्वर मंदिराचे दर्शन करीत त्याच्या

मदतीला ते राजापुरकडे धावले. या युद्धात कुडाळची रक्षा केली. शेवटी त्याच्या पुढच्या वर्षी १६५९ मध्ये दोघात एकमेकांना सहकार्य करण्याबद्दलचा करार झाला. कराराच्या निमित्ताने आलेल्या शिवाजी महाराजांनी तेथील बाजारातून तीनशे होन इतक्या रक्कमेला युरोपियन बनावटीची एक तलवार खरेदी केली, जिला शिवाजी महाराज भवानी तलवार असे म्हणायचे.

नौसेची स्थापना

शिवाजी महाराज अष्टपैलू प्रतिभेचे व्यक्ति होते. राज्याची स्थापना केल्यानंतर त्यांनी एका सशक्त नौसेनेची आवश्यकता भासू लागली. यासाठी त्यांनी सर्वप्रथम विजय दूर्ग नावाच्या एका नाविक किल्ल्याची निमिर्ती केली. ज्याच्या बांधकामाला १६५३ मध्ये सुरूवात केली. १६६० मध्ये एक दुसरा नौसेनिक किल्ला सिंधू दुर्ग बांधला. १६८० मध्ये त्यांनी एक खूप मोठा नौसैनिक बेड्डा कुलाबा येथे बनवला.

अफजलखान प्रकरण

४ नोव्हेंबर १६५६ ला विजापूरचे सुलतान मोहम्मद आदिलशाहचा मृत्यू झाल्यावर विजापूरवर दुर्दैवाचे काळी ढगं जमा होवू लागले. एकिकडे मोगलाचे आक्रमण होवू लागले होते आणि दुसरीकडे शिवाजी महाराज आपल्या राज्याचा विस्तार करू लागले होते. स्वर्गीय सुलतानाची मोठी बेगम आपल्या अल्पवयीन मुलाच्या नावाने शासन चालवत होती. परंतु तिची पण शासनावर पाहिजे तशी पकड नव्हती. इतके की स्वामीभक्त समजले जाणारे मुसलमान सरदार देखील विद्रोही बनले होते. खरे सांगायचे तर विजापूरची सत्ता खिळखिळी झाली होती. मराठा प्रदेशावर शिवाजी महाराजांनी ताबा मिळवला होता आणि कर्नाटकात त्यांचे वडील शहाजी यांची सत्ता स्थापन झाली होती.

राज्याची स्थिती कशी का असेना, शिवाजी महाराजांपासून राज्याचे रक्षण करणे गरजेचे होते. या संदर्भात शहाजीला सांगण्यात आले की त्यांनी शिवाजी महाराजांना सांगावे की त्यांनी विजापूरवर आक्रमण करू नये. त्यावर शहाजीने कळविले की मी या संदर्भात काहीही करू शकत नाही. विजापूरची सत्ता तिच्या इच्छेप्रमाणे शिवाजी महाराजांच्या विरोधात कार्यवाही करू शकते.

औरंगजेब दक्षिण भारतातून निघून गेल्यावर तर शिवाजी महाराजांनी विजापूर राज्यावर आपले आक्रमण आणखीच जोरदार केले होते. शिवाजी महाराजांचा बंदोबस्त करणे विजापूरसाठी जीवन-मरणाचा प्रश्न बनला होता. परंतु कोणीही सरदार हे धाडस

करू शकत नव्हता. शेवटी हे काम करण्याचा विडा अफजलखानाने उचलला. अफजल खान दिवंगत सुलतानाच्या पोटचा होता. त्यांची आई शाही स्वयंपाक घरात काम करीत होती. त्याने कर्नाटकच्या अनेक युद्धात भाग घेतला होता. म्हणून त्याचे चांगले नाव पण झाले होते. शहाजी तसेच त्यांचा पुत्र शिवाजी महाराज यांच्याबद्दल त्यांच्या मनात आधीच घृणा होती. बदला घेण्याची हीच योग्य वेळ असल्याचे त्याने समजले. बेगम साहिबाने त्याला सल्ला दिला की शिवाजी महाराजाला जसा असेल तसा जिवंत अथवा मृत, कैद करून हजर केले जावे. खरे सांगायचे तर अफजलखानाला असल्या सल्ल्याची गरज नव्हती. सप्टेंबर १६५६ मध्ये अफजलखान आपल्या मोहीमेसाठी निघाला. शिवाजी महाराज त्यावेळी प्रतापगडावर असण्याची शक्यता होती. अफजलखान पूर्वी वाईचा सुभेदार राहिला होता. म्हणजे त्याला या भागाची चांगली माहिती होती. त्यावेळी त्याच्याकडे बारा हजार सैनिक होते. पंढरपूर, पर्वतमाला, माळवदवरून येत तो रहिमतपुरला पोहोचला. रस्त्यात येणाऱ्या सर्व मंदीराची नासधूस केली. पंढरपूर तसेच महाराष्ट्रातील तीर्थस्थळ तुळजापुरच्या प्रसिद्ध मंदीराला त्याने जमीनदोस्त केले. तुळजापूरकर त्याच्या क्रोधाला बळी पडले. बजाजी निंबाळकराला विजापूर सत्तेने बळजबरीने मुसलमान केले होते. परंतु माँसाहेब जिजाऊच्या प्रेरणेने त्याला पुन्हा हिंदू धर्मात घेतले.

तिकडे शिवाजी महाराज राजगडावरून अफजलखानाच्या प्रत्येक हालचालीवर लक्ष ठेवून होते. त्यांनी निश्चय केला होता की आपण वाई आणि जावळीच्या जवळच त्याच्यासोबत युद्ध करायचे. त्यांनी महाबळेश्वरच्या पश्चिम पारघाटाच्या डोंगरी कड्या कपारीवर असणाऱ्या प्रतापगडावर आपले निवास्थान केले होते. माँसाहेब जिजाऊ देखील इथेच रहात होत्या. खानाला शिवाजीच्या प्रतागडावर असल्याची माहिती मिळाली. त्याने वाईकडून युद्ध करण्यासाठी प्रतापगडापासून १६ मैल पूर्वीकडे आपल्या सैन्याची छावणी उभी केली. छावणी तसेच प्रतापगडाच्या मध्ये महाबळेश्वराचे उंच पठार होते. दोन्ही प्रतिस्पर्धी समोरा-समोर होते. शेवटी दोघेही युद्धाचा विचार करू लागले. प्रतापगड किल्ला एक दुर्गम, निमुळता तसेच उंच पहाडी टोकावर होता. जिथे उघड-उघड युद्ध करणे अशक्य होते आणि अफजलखान सैन्य घेऊन तिथे जावू शकत नव्हता. तात्पर्य शिवाजी महाराज किल्ल्यात पूर्णपणे सुरक्षित होते. ते या संधीची वाट पहात होते की ते आपल्या शिकारीवर तुटून पडतील आणि त्याचा खात्मा करतील. दुसरीकडे खान याचा विचार करीत होता की शत्रू कधी किल्ल्याच्या बाहेर पडतो आणि त्याचा बंदोबस्त करायला मिळतोय. दोन्हीकडेही तणावपूर्ण स्थिती होती.

खानासाठी प्रतीक्षा करणे कठीण चालले होते. त्याने युक्ती काढली की शिवाजीला बोलणी करण्याच्या निमित्ताने बोलावण्यात यावे. त्यासाठी एका अति विश्वासू व्यक्तीची

गरज होती. त्यासाठी त्याने वाई येथील कृष्णा भास्कर कुलकर्णी यांची निवड केली. जो विजापूर दरबारचा निष्ठावंत स्वामीभक्त होता. उद्देशपूर्तीसाठी त्याला प्रतिनिधी म्हणून शिवाजी महाराजांकडे पाठविण्यात आले आणि त्याच्याजवळच निरोप देण्यात आला की, शिवाजी महाराज आणि त्याच्या कुटुंबाबद्दल अफजल खानाला विशेष आदर आहे. म्हणून शिवाजी महाराजांनी वैयक्तिक चर्चा करण्यासाठी वाई या ठिकाणी येवून भेटावे. शिवाजी महारा जर स्वेच्छेने विजापूरचे वर्चस्व मान्य करत असतील तर त्यांचे हार्दिक स्वागत केल्या जाईल तसेच त्यांना त्यांच्या वडिलांच्या प्रमाणेच सन्मानपूर्वक पद प्रतिष्ठा दिली जाईल. असे पण होवू शकते की त्यांच्या इच्छेप्रमाणे त्यांची विजापूरसोबत कसलीन् कसली तोडजोड होवूनच जाईल. अशा प्रकारे विश्वासात घेवून रक्तपात न करता अथवा युद्ध न करता शिवाजी महाराजांना कैद करण्याची त्याची योजना होती.

कृष्णा कुलकर्णी खानाचा संदेश घेऊन शिवाजी महाराजांकडे गेला, त्याने आपले कार्य अंत्यत हुशारीने तसेच इमानदारीने पूर्ण केले. परंतु शिवाजी महाराजांकडे विलक्षण बुद्धिमत्ता होती. खानाचा भूतकाळ ते चांगला ओळखून होते. त्यांना असल्या प्रकारच्या निमंत्रणाचा अर्थ काढायाला वेळ नाही लागला. परंतु त्यानी तसे भासू दिले नाही. विजापूरबद्दल आपणही एकनिष्ठ असल्याचा दावा केला आणि अफजलखान वडिलधारे असल्याचे सांगायला देखील ते विसरले नाहीत आणि त्यांनी हे पण मान्य केले की त्यांच्याकडून काही चुका झाल्या असून त्या उदारपणे माफ कराव्यात. शिवाजी महाराजांना ही चर्चा लांबणीवर टाकायची होती.

कृष्णा भास्कराला अगदीच सन्मानासहित एका भव्य शामियान्यात मुक्कामास ठेवले. एकांतस्थळी असणाऱ्या या निवासस्थानी शिवाजी महाराज एकटेच कृष्णा भास्करला भेटले. त्यावेळी शिवाजी महाराजांनी त्याच्यासोबत हिंदूत्त्व आणि ब्राह्मणत्त्वाबद्दल चर्चा केली तसेच हिंदवी स्वराज्याची स्थापना करण्यास त्यांनी मदत करावी, अशी विनंती पण केली. शक्यता आहे की त्याला शिवाजीने फितूर करण्यासाठी काही धन देखील दिले असावे. यासंदर्भात इतिहासकाराचे मत आहे की तो शेवटपर्यंत खानाचा स्वामीभक्त म्हणून ईमानदार राहिला. परंतु इतके मात्र खरे की तो शिवाजी महाराजांमुळे प्रभावीत झाला होता.

त्यानंतर कृष्णा भास्करसोबत शिवाजी महाराजांनी आपले प्रतिनिधी गोपीनाथला देखील अफजलखानाकडे पाठवले. त्यांनी खानाला शिवाजी महाराजांचा निरोप दिला की शिवाजी महाराज इतक्या मोठ्या सैन्यासोबत युद्ध करणार नाही. त्यांना विजापूरच्या विरोधात केलेल्या कारवायाबद्दल पश्चाताप वाटतो. खानानी त्यांना जर माफ केले आणि जीवनदान दिले तर ते विजापूरचा जिंकलेला प्रदेश परत करतील.

शिवाजी महाराजांचा प्रतिनिधी पंतोजी गोपीनाथ परम स्वामीभक्त तसेच चतुर राजनीतिज्ज्ञ होता. त्याने खानाला विनंती केली की ते खरोखरच शिवाजी महाराजांना क्षमा करणार असतील तर त्यांनी निर्भय होवून प्रतापगडावरच त्यांना भेटावे. त्या ठिकाणी कोणालाही आपली सेना आणता येणार नाही. तात्पर्य तिथे भेटायला कोणालाही कसल्या प्रकारची अडचण येणार नाही. पंतोजी गोपिनाथने मोठ्या हुशारीने खानाला प्रतापगडाच्या पायथ्याशी शिवाजी महाराजांना भेटावयास तयार केले. तसेच त्याने खानाला देखील विश्वास दिला की एकदा दोघांची भेट झाल्यावर खानाच्या इच्छेप्रमाणे शिवाजी महाराज करतील. त्यावर खानाला पूर्ण विश्वास आला की त्याला लढाई न करता आपले उद्दिष्ट गाठता येईल. त्याला त्याच्या शारीरिक क्षमतेवर खूप अभिमान होता. त्या क्षेत्रातील देशमुखांपैकी कान्होजी जेधे यांचा विशेष सन्मान होता, परंतु तो अफजलखानाला जावून भेटला. त्याने खानासमक्ष प्रतिज्ञा केली की तो शिवाजी महाराजाला पकडून देईल. आणि खानाला हेच पाहिजे होते की काहीही करून शिवाजी महाराजांनी गडाच्या बाहेर यावं. त्याने आपल्या संपूर्ण सैन्याला किल्ल्याच्या सभोवताली लपून बसायला सांगितले आणि त्यांना आदेश दिला की शिवाजी महाराज किल्ल्याच्या बाहेर येताच, त्यांना पकडण्यात यावे.

शिवाजी महाराजांचा एक अंत्यत चतुर गुप्तहेर विश्वासराव नानाजी नायक मुसलमान फकीराच्या वेशात अफजलखानाच्या राहुटीमध्ये दुवां आणि भीक मागत फिरत असायचा. तात्पर्य तो खानाची प्रत्येक हालचाल शिवाजी महाराजांना कळवत असे. खानाचा खरा बेत समजल्यावर शिवाजी महाराजांनी देखील आपली संपूर्ण सुरक्षा व्यवस्था पूर्णपणे कामाला लावली. त्यांनी डोंगराच्या भुयारात खास प्रशिक्षित सैनिकांना लपवले होते. अफजलखान आपली योजना आखण्यात व्यस्त होता. त्याला शिवाजी महाराजांच्या हालचालीची कसलीही चाहूल लागली नाही.

शिवाजी महाराजांच्या व्यक्तिमत्वाचा एक महत्त्वाचा गुण त्यांची उत्साह क्षमता. कोणत्याही विपरीत परिस्थितीचा सामना करायला ते सज्ज असायचे. परंतु याचा अर्थ असा नाही की ते स्वतःच्या सुरक्षेकडे दूर्लक्ष करीत होते. कदाचित त्यांच्या यशामागे हे देखील एक महत्त्वाचे कारण असू शकेल. त्यांच्या तीव्र बुद्धीने खानाला भेटण्यासाठी सुरक्षा व्यवस्था त्यांनी आधीच केली होती. योजनेप्रमाणे शेवटी किल्ल्याच्या पायथ्याशी अफजलखान तसेच शिवाजी महाराजांची भेट निश्चित झाली. त्या ठिकाणी एक अलिशान शमियाना उभारण्यात आला. खानाचा येण्याचा मार्ग सजविण्यात आला. तिथे अन्य कोणीही येऊ नये यासाठी किल्ल्याकडे येणारे लहान-मोठे मार्ग दगडचा, झाडाचा अडथळा उत्पन्न करून बंद करण्यात आले. शिवाजी महाराजांनी मोरोपंत, नेताजी

पालकर, तसेच तानाजी मालुसरे यांना आपली योजना समजून सांगितली. नेताजी पालकर यांना किल्ल्याच्या पूर्व दिशेला लपून राहायला सांगण्यात आले. कारण त्या ठिकाणाहून खानाची सेना आगेकूच करण्याची शक्यता होती. मोरोपंत जावळीच्या जवळ खानाच्या सैन्याच्या मागे गेले. सर्वांना पाच तोफांची सलामी दिल्यावर आक्रमण करण्याचा आदेश दिला.

अफजलखान आपल्या पंधराशे अंगरक्षकासह सशस्त्र होवून येऊ इच्छित होता, परंतु इतक्या लोकांसाठी रहाण्याची व्यवस्था नसल्याने त्यांची संख्या कमी करण्यात आली. त्यांना सांगण्यात आले की इतक्या मोठ्या संख्येने गेल्यास शिवाजी महाराज घाबरून जातील. म्हणून खानाजवळ केवळ एक तलवारच ठेवण्यात आली. आधीच ठरलेल्या अटीनुसार शिवाजी महाराज भेटीच्या ठिकाणी कोणी रक्षक किंवा शस्त्र बाळगू शकत नव्हते. अटीप्रमाणे दोघांना मदत व्हावी म्हणून खानाचा प्रतिनिधी कृष्णा भास्कर आणि शिवाजी महाराजांचा प्रतिनिधी पंतोजी गोपीनाथ हजर राहाणार होते.

ठरलेल्या ठिकाणी जाण्यापूवी शिवाजी महाराजांनी आपल्या सेवकाला आज्ञा दिली की जर ते (शिवाजी) मारल्या गेले अथवा कैद केल्या गेले तर त्यांचे कार्य बंद पडू दिल्या जावू नये. नंतर त्यांनी कुलदेवी भवानी मातेची पूजा केली आणि थोडासा आहार घेतला. त्यांनी अंगवस्त्राच्या आतून चिलखत, डोक्यात पगडीच्या खाली लोखंडी टोप, हातात वाघ नख्या परीधान केल्या. एका बाहू खाली छोटीशी कट्यार लपवली. अशा प्रकारे तयार होवून शिवाजी महाराजांनी आपल्या आईला प्रणाम केला आणि त्यांचा आशीर्वाद घेऊन ते निघाले.

अफजलखान ठरलेल्या ठिकाणी आधीच पोहोचला होता. शिवाजी महाराजांना उशीर होवू लागल्याने तो वैतागला होता. अटीनुसार शिवाजी महाराज एकमेव अंगरक्षक तानाजी मालुसरे यांना घेऊन गेले. खान शिवाजी महाराजांपेक्षा धाडधिपाड, उंचा-पुरा आणि वयाने वीस वर्षांने मोठा होता. त्याला पाहून शिवाजी जरा दचकलेच. त्यांना भयभीत झालेलं पाहून खानाने आपला अंगरक्षक सय्यदा बंडा याला तेथून जायला सांगितले. प्रतिनिधींनी खान आणि शिवाजी महाराज यांचा परिचय करून दिला. खान जागेवरून उठला. खानाने डाव्या हाताखाली शिवाजी महाराजांचे डोके दाबून धरले आणि उजव्या हाताने तो तलवार काढणारच होता इतक्यात, शिवाजीने मोठ्या हुशारीने परिस्थिती हाताळली. आपल्या हातातील वाघनख्यानी त्याचे पोट फाडून त्याची आतडी बाहेर काढली.

ग्रांड डफचे मत यापेक्षा वेगळे आहे. त्यांच्यामते जसेही खानाने शिवाजी महाराजांना अलिंगन दिले. शिवाजी महाराजांनी अफजलखानाची आतडी आपल्या वाघ नख्यानी

बाहेर काढली. अफजलखानाने स्वतःला शिवाजी महाराजांच्या तावडीतून सोडवले आणि तलवारीवर आपला हात ठेवला, परंतु त्या आधीच शिवाजी महाराजांनी आपल्या कट्यारने त्यावर वार केला. अफजल खान तलवार काढू शकला आणि तिने त्याने शिवाजी महाराजांवर वार केला, परंतु चिलखत असल्याने त्याच्यावर त्याचा काहीही परिणाम झाला नाही. क्षणार्धात सर्व खेळ संपला.

त्यानंतर खानाचा अंगरक्षक कृष्णा भास्कर शिवाजी महाराजांवर चालून आला, परंतु त्यालाही ठार करण्यात आले. दरम्यान पालखीचे कहार अफजलखानाचे शव पालखीत टाकून घेऊन जाण्याचा तयारीत होते. त्यांच्यावरही हल्ला करण्यात आला. ते जखमी झाले आणि खानाचे डोके उडवल्या गेले. दोघांचे प्रतिनिधी हे दृष्य पाहून अवाक झाले. खानाचे डोके किल्ल्याच्या बुरूजावर एका खांबाला लटकविण्यात आले. संकेत मिळताच मराठा मावळे आपल्या-आपल्या जागेवरून निघाले. किल्ल्याकडे परत येताना विजापूरचा जो कोणी सैनीक मिळाला त्याला ठार करण्यात आले. शेवटी दोन्ही सैन्यात समोरासमोर युद्ध झाले. शरणांगती पत्कारणाऱ्या सैनिकांसोबत शिवाजी महाराजांनी कसलाही दुर्व्यव्यवहार केला नाही. पण इतरांना ठार करण्यात आले. अनेक विजापूरच्या सैनिकांनी शिवाजी महाराजांच्या सैन्यात रहाणे पसंत केले. अनेकजण जंगलात पळून गेल आणि जंगलात रस्ता चुकले. अनेक दिवस जंगलात तहान-भूक सहन करावी लागल्याने शेवटी शरणागती पत्कारावी लागली. हा क्रम अनेक दिवस चालला.

ही नोव्हेंबरच्या सायंकाळची वेळ होती, जंगलातील माहिती नसल्याने विजापुरच्या सैन्याला मुकाबला करणे कठीण होते. दुसऱ्या दिवशी मराठ्यांनी वाई येथील विजापूरच्या सैन्याच्या मुख्य छावणीवर हल्ला केला. तिथे विजापूरची अध्यपिक्षा जास्त सेना होती. जी अफजलखानाचे पुत्र फजलखानाच्या नियंत्रणाखाली होती. इथे पण मराठ्यांचा विजय झाला. फजलखान पळून गेला. परंतु त्याचे दोन भाऊ तसेच अनेक सरदार आणि सैनिकांना कैद करण्यात आले.

शरणांगतीनंतर जे सैनिक विजापुरला परत जावू इच्छित होते, त्यांना बहुमूल्य भेटी देवून सन्मानासहित परत पाठवण्यात आले, अफजलखानाचा कैद केलेला पुत्र तसेच इतर विशिष्ट सरदार खंडोजी काकरे यांच्या देखरेखी खाली होते. त्याला भारी धन देवून फितुरच्या बदल्यात त्यांच्याकडून गुप्त आणि सुळक्याच्या मार्गाने कुरारपर्यंत सोडायला तयार झाला होता. शिवाजी महाराजांना याची माहिती कळाल्यावर सरदार खंडोजी काकरे यांचे डोके उडवण्यात आले.

या विजयाप्रित्यर्थ सैनिकांना शिवाजी महाराजांकडून अनेक प्रकारची भेट वस्तू दिल्या. (अफजलखानाचा दूत कृष्णा भास्कर कुलकर्णी होता आणि शिवाजी महाराजांचा

पंतोजी गोपीनाथ, परंतु असे वाटते की ग्रांड डफ कडून इथे चूक झालेली असावी, त्याने खानाच्या प्रतिनिधीचे नाव पंतोजी गोपीनाथ आणि शिवाजी महाराजांच्या प्रतिनिधीचे नाव कृष्णाजी भास्कर असे लिहिले आहे) डफच्या मते खानाच्या दूताला शिवाजी महाराजांनी आपल्या बाजूने केले होते. विजयानंतर त्याला दिलेल्या शब्दानुसार बक्षीस म्हणून एक गाव देण्यात आले. काही काळानंतर त्याला पदोन्नती देवून राज्यात एक चांगले पद दिले.

काय अफजल खानाची हत्या करणे योग्य होतं? काही टीकाकार डफच्या वर्णनाला सत्य समजून शिवाजी महाराजांच्या चरित्रावर विश्वासघाताचा आरोप लावून असा प्रश्न विचारू शकतात. या प्रश्नाचे सरळ उत्तर आहे- होय, शिवाजी महाराजांनी जे काही केलं ते योग्यच केलं. यामधून त्यांचे राजकीय कौशल्य देखील दिसते. मुस्लिम राज्यकर्त्यांनी अनेक हिंदूना बळजबरीने मुसलमान केले होते आणि शिवाजी महाराज हिंदूचे रक्षणकर्ते होते. इतकेच नाही, मुसलमान शासकाने अनेक हिंदूना बोलावून विश्वासघाताने मारले देखील होते. शिवाजी महाराजांचे आजोबा लखोजी जाधवराव आणि त्यांच्या मुला-मुलीची हत्या अशा प्रकारेच केली होती. ज्याची माहिती पहिल्या प्रकरणातच दिली गेली आहे. खुद्द अफजलखान विश्वासपात्र नव्हता. त्याचा भूतकाळ हा त्याला पुरावा होता. त्याने सेराचा राजा कस्तुरी रंग-नायकाची त्याने शरणांगती पत्कारताच हत्या केली होती.

पन्हळ्याला वेढा

अफजलखानाच्या वधानंतर शिवाजी महाराजांनी पन्हाळा, खेलना, रंगना, वसंतगढ आणि छोट्या-मोठ्या किल्ल्यावर ताबा मिळवला. खरे सांगायचे तर या विजयाचा अर्थ कायमचा विजय असा न होता विजापूर सत्तेसोबत एका दीर्घकालीन संघर्षाची सुरूवात होती. खेलनाचे नाव बदलून विशालगड ठेवण्यात आले. विशालगड अनेक वर्षापासून रूस्तूम-ए-जनाच्या वर्चस्वाखाली होता. गडावर शिवाजी महाराजांनी ताबा मिळविण्याल्यावर तो पळून गेला होता आणि फजलखान देखील पळून जाण्यात यशस्वी झाला होता. शेवटी दोघानी मिळून पन्हाळगडावर हल्ला चढवला. २८ डिसेंबर १६५९ ला शिवाजी महाराजांनी त्यांना पराभूत केले आणि त्यांना विजापूरपर्यंत पळवत नेले. त्यावेळी नेताजी पालकर तसेच इतर मराठा सरदारांनी रामबाण, गदक आणि लक्ष्मेश्वरच्या दरम्यान येणाऱ्या शहरात लूट-पाट केली. लुटीचे धन घेवून शिवाजी महाराज जानेवारी १६६० मध्ये रामगढ येथे पोहोचले.

विजापूरमध्ये शिवाजी महाराजांचा बंदोबस्त या विषयावर पुन्हा विचार झाला.

त्यासाठी कर्नुल प्रातांचे अधिकारी सिद्दी जोहर याला बोलावून घेण्यात आले. त्याला सलावत खां ची उपाधी देवून बाजी घोरपडे, रूस्तमे जमा, फजल खान आदीसोबत पन्हाळ्यावर आक्रमण करण्यासाठी पाठवण्यात आले. जंजीऱ्याचे सिद्दी तसेच वाडीचे सावंतला देखील शिवाजी महाराजांच्या विरूद्ध लढण्यासाठी पाठविण्यात आले. या सगळ्यांनी पन्हाळा गडाला वेढा दिला. त्यांचा सामना करण्यासाठी पन्हाळा किल्ल्यावर राहून शिवाजी महाराजांनी स्वतः सैन्याचे नेतृत्त्व केले. मे १६६० मध्ये दोघांत भयंकर युद्धाला प्रारंभ झाला. शिवाजी महाराजांनी किल्ल्याच्या सुरक्षेचा भार कडतोजी गुजर यांच्याकडे सोपवला. तसेच नेताजी पालकर किल्ल्याच्या बाहेर राहिले. यामुळे की शत्रुच्या सैन्याला अन्न तसेच आणखी सैन्याची मदत मिळू नये. सलावत खान एक कुशल सेनापती होता. त्याने पूर्ण शक्तीने जोर लावून आक्रमण केले. परिणामी शिवाजी महाराजांची स्थिती अडचणीची झाली. ही बातमी राजगडावर असणाऱ्या जिजामातेस समजली. त्यांनी नेताजी पालकर यांना शिवाजी महाराजांचे रक्षक तसेच युद्धाचा जोर वाढविण्यास सांगितले.

सलावत खानाने राजापुरच्या इंग्रज व्यापाऱ्यांना युद्धासाठी मदत करावी, अशी विनंती केली. शेवटी सशस्त्र कारखान्याचा मुख्य अधिकारी रिविंग्न आपल्या दोन सहकार्यासोबत - मिंघम आणि गिफ्फर्ड, भयानक तोफा, दारु गोळा घेऊन दाखल झाला. यामुळे शिवाजी महाराजांची परिस्थिती अधिकच बिकट बनली.

तशातच आणखी एक संकटाची भर पडली. शाइस्तेखान फेब्रुवारी १६६० मध्ये दक्षिणेचा मुगल राज्यापाल म्हणून आला होता. अहमदनगरला पोहोचताच त्याने शिवाजी महाराजांच्या अधिकाराखाली असलेला प्रदेश-पुणे, बारामती, शिरवळ तसेच चाकनला परत मिळवले. पुणे ताब्यात आल्यावर तो शिवाजी महाराजांच्या लाल महालात राहू लागला. शिवाजी महाराजांसाठी ही मोठीच संकटाची वेळ होती. परंतु ते डगमगले नाहीत. त्यांनी आपले मंत्री सोनोपंत डबीर यांना शाइस्तेखानाकडे पाठविले की त्याने शाइस्ते खानाला समजावून सांगावे आणि कराराच्या अटी निश्चित कराव्यात तसेच शिवाजी महाराजांची मदत करावी. खान त्यासाठी तयार झाला. कारण त्याला माहीत होतं की महाराष्ट्रासारख्या डोंगराळ भागात त्याच्या सैन्याचा निभाव लागणार नाही. शेवटी त्याने सम्राट औरंगजेब यांचा सल्ला घेण्यासाठी दूताला दिल्लीला पाठवले. परंतु औरंगजेबाने शाइस्ते खानाला आदेश दिला की त्याने तसे करू नये. उलट युद्ध चालू ठेवावे आणि शिवाजी महाराजांना संपवून टाकावे. शाइस्तेखानाच्या मदतीला राजा जयसिंह यांना आदेश देण्यात आला की त्यांने गुजरातवरून शिवाजी महारांजांच्या विरोधात युद्ध करावे.

त्यानंतर शिवाजी महाराजांनी डोके चालवले. त्यांनी सलावत खानाला निरोप पाठविला की ते शरणांगती पत्कारण्यास तयार आहेत. तात्पर्य शरणांगतीच्या अटी काय असतील? सलावत खान त्यासाठी तयार झाला. त्यांनी तत्पुरते युद्ध थांबवले. १ ३ जुलै १ ६ ६ ० च्या काळ्या कुट्ट अंधाऱ्या रात्री मुसळधार पाऊस पडत होता. हीच योग्य वेळ आहे असे समजून शिवाजी महाराजांनी आपले परम सहकारी बाजीप्रभू देशपांडे तसेच काही इतर अंगरक्षकासोबत किल्ल्याच्या मागच्या भागातून पळून जाऊन ते विशाल गडावर पोहोचले. शत्रुला याची माहिती तात्काळ लागली. त्यांचा पाठलाग करण्यासाठी एका तुकडीला पाठविण्यात आले. ही तुकडी इतक्या वेगाने पाठलाग करीत होती की सकाळपर्यंत विशालगडावर पोहोचणे कठीण झाले होते. शिवाजी राजावर आलेले घोर संकट पाहून बाजीप्रभू किल्ल्याच्या पूर्वेकडे असलेल्या घोडखिंडी नावाच्या अगदीच अरूंद खिंडीजवळ थांबले आणि शिवाजी महाराजांना विशालगडावर पाठवले. बाजी प्रभु मोजक्याच मावळ्यांसहित विजापूरच्या सैनीकांचा मुकाबला करीत होते. परंतु इतक्या मोठ्या सैन्यापुढे त्यांचे काय चालणार होते. एक - एक करून सर्व कामी आले. तिकडे शिवाजी महाराज सुखरूप विशालगडावर पोहोचले. तिथे पोहोचल्यावर त्यांनी तोफ उडवून ते सुखरूप असल्याचे कळवले. जखमी बाजी प्रभुला शिवाजी महाराज सुखरूप पोहोचल्याची बातमी समजल्यावर ते डोळे बंद करून स्वराज्यात विलीन झाले. बाजीप्रभु देशपांडे यांचे हे बलिदान मराठी माणूस आजही विसरला नाही. त्यांचे हे बलिदान स्वराज्यासाठी आदर्श उदाहरण आहे. त्यांच्या याच बलिदानामुळे शिवाजी महाराज वाचू शकले. पन्हाळ गडाचा हा वेढा चार महिने होता. शिवाजी महाराज पन्हाळा गडावरून पळून गेल्यामुळे विजापूरच्या सैन्याला हात चोळत बसावे लागले. आता शिवाजी महाराजांसाठी शाइस्तेखानाचा बंदोबस्त करणे गरजेचे झाले होते. कारण विजापूरच्या तुलनेत मोगल साम्राज्य अधिक भयंकर होते. शेवटी विजापूरसोबत हातमिळवणी करून परस्पर संबंध शांततापूर्ण बनवले आणि २ २ सप्टेबर, १ ६ ६ ० रोजी पन्हाळा विजापूरला परत दिला.

प्रकरण चौथे

चढ - उतार

शहाजंहा आजारी असल्याची बातमी ऐकून औरंगजेब २५ जानेवारी, १६५८ ला औरंगाबादवरून उत्तरेकडे निघून गेला आणि जुलैमध्ये त्याने आपल्या वडिलांना कैदेत टाकून स्वतःला सम्राट म्हणून घोषित केले. त्यानंतर दाराशिकोहची अपमानजनक हत्या तसेच दोन बंधू सोबतचा त्याचा दुर्व्यवहार हा एक वेगळाच इतिहास आहे. शिवाजी महाराजांचे चरित्र सांगत असताना ते सांगण्याची आवश्यकता नाही. सम्राट बनताच त्याने आपला मामा शाइस्तेखानाला दक्षिणेचा सुभेदार म्हणून पाठविले आणि त्याला शिवाजी महाराजांचा बंदोबस्त करण्यास सांगितले. जानेवारी १६६० मध्ये शाइस्तेखान औरंगाबादेत पोहोचला. तिथे पोहचताच त्याने शिवाजी महाराजांच्या विरोधात हालचाली करायला सुरूवात केली.

मोगल सैन्यासोबत युद्ध आणि विजय

पन्हाळ्याला वेढा घातला त्याचवेळी शाइस्तेखानाने शिवाजी महाराजांच्या अनेक भागावर ताबा मिळवून पुण्यातील त्याच्या लाल महालात बस्तान बसवले होते. याचे वर्णन मागच्या प्रकरणात आले आहे. विशालगडानंतर शिवाजी महाराज लवकरच राजगडावर पोहोचले. आता त्यांना शाइस्तेखानाकडे पहायचे होते. कल्याणवरून शिवाजी महाराजांना धन आणि खाद्य पदार्थ मिळत होते. तात्पर्य शाइस्तेखान या भागातली शिवाजी महाराजांची सत्ता समाप्त करू इच्छित होता. कल्याण ताब्यात घेण्यासाठी त्याने मोठ्या सैन्यासहित कर्तबल खान नावाच्या सेनापतीला पाठविले. जानेवारी १६६१ मध्ये कर्तबल खान पुण्याहून निघाला. तो पश्चिम घाटाच्या उंबरखिंडीतून चालत लोहगडाच्या खाली जावू इच्छित होता. ही खिंड जवळ-जवळ आठ मैल लांब होती. तिचा मार्ग इतका अरूंद आणि खडकाळ आहे की यातून एकाच वेळी दोन व्यक्ती चालू शकत नाहीत आणि रस्त्यात कुठे पाणी मिळत नाही. मोगल सैन्यासाठी हा मार्ग कठीण होता. परंतु मराठ्याचे जीवनच इथे गेलेले, त्यामुळे त्यांच्यासाठी तो अंगवळणी पडलेला रस्ता होता. शिवाजी महाराजांना आपल्या गुप्त हेरामार्फत याची माहिती मिळाली. त्यांनी

याच खिंडीमध्ये गाठून शत्रुला वठणीवर आणण्याचे ठरविले. त्यांचे प्रशिक्षित सैनिक मार्गात लपून बसले. सैन्याला याची साधी कल्पना पण नव्हती. संपूर्ण सैन्य, निश्चित होवून युद्ध सामग्रीसहित खिंडीत उतरले होते. तशात मराठा मावळ्यांनी खिंडीच्या दोन्ही बाजू बंद केल्या आणि सूचना मिळताच त्यांच्यावर आक्रमण करायला सुरूवात केली. मोगल सैन्याला पळून जायला पण रस्ता सापडला नाही. सैनिक तहानेने आणि गुदमरून मरू लागले.

मोगलाच्या या सैन्यात एक ब्राह्मण स्त्री देखील होती जी वसीमचा सरदार उदाराम यांची पत्नी होती. तिचा पती जहांगीर तसेच शहाजहांच्या सेवेत होता. या महिलेच्या वीरतेचा सन्मान करीत औरंगजेबने तिला रायबंगा (सिंहनी राजकुमारी) ची पदवी देवून सैन्यात घेतले होते, स्वतःला असं खिंडीत अडकून मरताना पाहून कर्तबल खानाने रायबंगाला शिवाजी महाराजांकडे क्षमा मागायला पाठविले. मराठ्यांनी मोगलाच्या सैन्याकडून मोठी रक्कम वसूल केली आणि खिंडीतून त्यांना जावू दिले. मोगल सैन्य आपलं बारीक थोबाड घेवून पुण्याला परतलं.

इंग्रजांचा बदला

कर्तबल खानाचा बंदोबस्त केल्यावर शिवाजी महाराजांनी मोगलाच्या हालचालीवर लक्ष ठेवण्यासाठी नेताजी पालकर यांची नियुक्ती केली आणि स्वतः राजपुरला निघून गेले. पन्हाळ्याला वेढा घातला त्यावेळी इंग्रज व्यापाऱ्यांने विजापूरच्या सैन्याला मदत केली होती. तात्पर्य त्याचा बदला घ्यायचा होता. १६६० च्या आरंभी त्यांनी पुन्हा विजापूरच्या प्रदेशावर हल्ला करून कोंकण ताब्यात घेतले. निजामपुर लुटले, दळवी त्यांच्याकडून परत मिळवली. त्यानंतर चिंपळूण भगवान परशुरामच्या मंदीरात पूजा करून ते प्रसिद्ध बंदर संगमेश्वरला पोहोचले. येथील व्यवस्था तानाजी मालुसरे तसेच पिलाजी निलकंठ यांच्याकडे सोपवून स्वतः राजापुरला पोहोचले. पन्हाळ्याला वेढा पडल्यावर रंविंग्टन, मिंघम गिफर्ड तसेच दुभाषी वेलजी सलावत खानाच्या मदतीसाठी आले होते. त्यांना शिवाजीने सक्त ताकीद दिली होती की ते व्यापारी आहेत. म्हणून त्यांनी व्यापाऱ्याप्रमाणे रहावे. त्यांना अंतर्गत युद्धात लुडबुड करण्याची गरज नाही. परंतु त्यांनी शिवाजीचे बोलणे काही गंभीरतेने घेतले नाही. किल्ल्यावर दारूगोळा फेकला, ज्यामुळे शिवाजी महाराजांची स्थिती अतिशय नाजूक अशी झाली होती. शेवटी मार्च १६६१ मध्ये राजापुरला पोहोचताच शिवाजी महाराजांनी त्या व्यापाऱ्यांना भेटायला बोलावले. कारखान्याचा मुख्य अधिकारी पळून गेला. इतर मोठ्या उत्सूकतेने भेटायला आले, ज्यात सहा व्यापारी रॅंडल्फ टेलर, रिचर्ड टेलर, गिफ्फर्ड, फेरंड, रिचर्ड नॅपिअर

आणि सॅम्युअल बर्नर्ड यांना बंदी करण्यात आले. त्यांचा कारखाना लुटण्यात आला. कैद व्यापाऱ्यांना बासोतागढ तसेच सोनगढावर कैद करण्यात आले. त्यांच्यावर नजर ठेवण्यासाठी तसेच राजापुरच्या व्यवस्थेसाठी शिवाजी महाराजांनी रावजी सोमनाथला नियुक्त केले. कैद्याच्या सर्व सुख-सुविधेकडे लक्ष देण्यात आले. काही दिवसानंतर सोमनाथने इंग्रज कैद्यासमोर एक प्रस्ताव ठेवला की जर ते जंजीऱ्याच्या सिद्दिच्या विरोधात शिवाजी महाराजांना मदत करणार असतील तर, त्यांना मुक्त करण्यात येईल. तसेच त्यांचे जे नुकसान झाले आहे, ते भरून देण्यात येईल. जर हा प्रस्ताव त्यांना मान्य नसेल तर त्यांना त्यांच्या मुक्तीसाठी धन-द्रव्य द्यावे लागेल. व्यापाऱ्यांनी हा प्रस्ताव अमान्य केला. त्यांच्या आशा निर्णयामुळे यांची मुक्तता लांबणीवर पडली. ते सुरतमधील आपल्या अधिकाऱ्यांना आपल्या विरूद्ध चाललेल्या दुर्व्यवहाराबद्दल पत्र लिहित. तसेच विनंती करीत की त्यांना धन-द्रव्य देवून मुक्त करण्यात यावे. परंतु त्यांना तिकडून उत्तर मिळाले "आपल्याला चांगलेच ठावे आहे की कैद का झाली? हे सगळं कंपनीच्या संपत्तीची रक्षा यामुळे घडलेले नाही. याचे कारण आहे पन्हाळ्याला वेढा घालणे आणि किल्ल्यावर दरू-गोळ्याचा हल्ला करणे आणि तोही प्रसिद्ध इंग्रजी झेंड्यावर. शिवाजी महाराजांनी तेच केलं जे कोणत्याही शहाण्या माणसानं केलं असतं. कारण व्यापाऱ्याचे हे काम नाही की त्यांनी दारू गोळा विकावा. हे योग्य नाही. दारू-गोळा घ्यावा शत्रुच्या विरोधात त्याचा वापर करावा, एका अनोळखी देशात व्यापाऱ्यांनी नको त्या भानगडीत पडायला नाही पाहिजे. ते जर लुडबुड करणार असतील. गुमान राहाणार नसतील तर त्यांना त्यांच्या कर्माचे फळ तर मिळणारच. आम्ही स्पष्ट शब्दात सांगू इच्छितो की आपण स्वतःच्या हातानेच ही आपत्ती ओढवून घेतली आहे. मि. रेविंग्टन यांनी स्वतः उल्लेख केला आहे, शिवाजी महाराजांना आशा आहे की युद्धोपयोगी सामग्री विकल्या जाऊ नये. पन्हाळा परिसरात तुम्ही असल्यामुळे तुमच्या तोंडून विनंतीची भाषा व्यक्त होवू लागली आहे. कारण शिवाजी महाराजांना आशा आहे की तुमच्याकडून धन-द्रव्य घेऊन झालेले नुकसान भरून काढता येईल."

शेवटी या कैद्यानी रावजी सोमनाथांकडे दया-याचना केली. एक कैदी गंभीरपणे आजारी पडला होता. त्याला मुक्त करण्यात आले आणि वर्षभरात त्याचा मृत्यू झाला. जानेवारी १६६३ मध्ये शिवाजी महाराजांच्या आदेशावरून इतर कैद्याना देखील मुक्त करण्यात आले. तसेच मुक्त करतेवेळी त्यांच्याकडून खालीलप्रमाणे लिहून घेण्यात आले.

"झाले गेले विसरून जावे, ज्यावेळी आम्ही विजापूरच्या बाजूने लढत होतो. ज्यासाठी धन-द्रव्याची गरज होती. आणि त्यामुळेच राजापुरला नुकसान सोसावे लागले. आम्ही पुन्हा असे करणार नाही."

ज्यावेळी शिवाजी महाराजांनी राजपुरात इंग्रजांना कैद करून रावजी सोमनाथला तेथिल प्रशासक नियक्त केले, त्याचवेळी त्यांना माहिती मिळाली की संगमेश्वराजवळ शृंगारपुरच्या सरदाराने संगमेश्वरात शिवाजी महाराजांचे प्रतिनिधी तानाजी मालुसरेवर आक्रमण करून त्यांना परभूत केले आहे. सुर्वे यांचा बंदोबस्त करण्यासाठी शिवाजी महाराज तात्काळ शृंगारपुरसाठी निघाले. शिवाजी महाराजांच्या आगमनाची बातमी ऐकून सुर्यराव सुर्वे शृंगारपुरवरून पळून गेला. अशाप्रकारे शृंगारपुर देखील सहजपणे शिवाजी महाराजांच्या नियंत्रणाखाली आले. हा प्रदेश संगमेश्वरापासून दापोलीपर्यंत पसरलेला होता. इथे पण शिवाजी महाराजांनी नवीन किल्ल्याची निमिर्ती केली तसेच त्याच्या व्यवस्थेसाठी त्र्यंबक भास्कर यांची नियुक्ती करण्यात आली.

शाइस्तेखानाला धडा शिकवला

कर्तबल खानाच्या पराभवानंतर शाइस्तेखानाने एक विशाल सेना पाठवून शिवाजी महाराजांच्या पेनजवळील क्षेत्रावर वर्चस्व मिळवले. पुढील वर्षी शाइस्तेखानाने महाशय खानाला पेणवर चढाई करण्यासाठी पाठवले.

कर्तबलला जानेवारी १६६२ मध्ये शिवाजी महाराजांच्या सैन्याने पराभूत केले. शाइस्तेखान पुण्यात तळ ठोकून बसला होता आणि त्याचे गुप्तहेर शिवाजी महाराजांच्या प्रत्येक हालचलीवर लक्ष ठेवून होते. शाइस्तेखानाला माहीत होते की शिवाजी महाराज अंत्यत चतुर आहेत. तात्पर्य त्याने पुण्यात सुरक्षा व्यवस्थेवर पूर्ण लक्ष दिलं. एकही मराठा सशस्त्रासहित पुण्यात बिगर परवानगीने पाय पण ठेवू शकत नव्हता. शिवाजी महाराजांचे देखील शाइस्तेखानाच्या प्रत्येक हालचालीवर लक्ष होते. म्हणून यांनी केवळ शाइस्तेखानालाच नाही तर मोगल साम्राज्याला देखील एक आश्चर्यकारक आव्हान देण्याचा निश्चय केला होता. या योजनेला तडीस नेण्यासाठी ते सिंहगडावर पोहोचले.

शिवाजी महाराजांनी दोन ब्राह्मणांना पुण्याला पाठवले. त्यांनी शाइस्तेखानाच्या सैन्यातील एका मराठा सैनिकाच्या मदतीने शहरातून लग्नाची वरात काढण्याची परवानगी मिळवली. शिवाजी महाराजांनी चारशे निवडक मावळ्यांच्या पंचवीस-पंचवीस तुकड्या करून त्यांना वेगवेगळ्या मार्गाने पुण्यात धाडले. हे सगळे सैनिक मोगल सैनिकाच्या वेषात होते. मोगल सैन्यात नवीन सैनीकाची जणू भरच पडली होती. कोण कोणाला ओळखणार कसा. शहरात प्रवेश केल्यावर वरातीमध्ये सर्व एकत्र आले. ५ एप्रिल १६६३ च्या रात्री रमजान महिना असल्याने शाइस्तेखान तसेच त्यांचे कुटुंब रोजा सोडल्यानंतर लवकरच झोपी गेले होते. चंद्र ढगाआड लपला होता. काही चांदण्या चमचमकत होत्या. अशा रात्री शिवाजी महाराज आपल्या सैन्यासहित पन्नास सैनिकांना

घेऊन भिंतींना छिद्र पाडून अथवा खिंडीतून शाइस्तेखानाच्या निवासस्थानात दाखल झाले. मराठे आपल्या तलवारीने आतील झोपी गेलेल्या स्त्री-पुरूषांना यमलोकी पाठवू लागले. स्त्रीयांचा चित्कार ऐकून महालात जागी झालेली मंडळी हे सगळं पाहून दंग राहिली. शाइस्तेखान खिडकीतून उडी मारून पळाला, परंतु तलवारीच्या घावाने त्याची बोटे तुटली. त्याचा एक मुलगा अब्दुल फतहखान मारल्या गेला. याशिवाय एक अधिकारी तसेच स्त्रींया मारल्या गेल्या. शाइस्तेखानाची दोन मुले तसेच आठ दासी जखमी झाल्या.

हे सगळं करून क्षणभरात मराठे दिसेनासे झाले. पळताना शिवाजी महाराजांनी अनेक सैनिकांना देखील ठार केले. शेवटी शिवाजी महाराज सुरक्षित सिंहगडावर पोहोचले. दुसऱ्या दिवशी सिंहगडावर मोगल सैन्याने भीषण आक्रमण केले. परंतु मराठ्यांकडे तोफा असल्युाळे त्यांचे काही चालले नाही.

शाइस्तेखानाला अद्दल घडविल्याने शिवाजी महाराजांनी पुन्हा एकदा अशक्य गोष्टीला शक्य केले. त्यामुळे त्यांच्या नावाचा दरारा आणखीनच वाढला. पाऊसकाळ तोंडावर आला होता. म्हणून शाइस्तेखानाने शिवाजीवर पुन्हा आक्रमण न करायचे ठरविले. पुण्यात राहणे धोक्याचे समजून तो औरंगाबादेत गेला. त्याच्या अशा नामर्दपणावर नाराज होवून औरंगजेबाने त्याला सुभेदार म्हणून पाठवले, त्याकाळी राज्यपाल असणे म्हणजे एक शिक्षाच होती. त्यानंतर १६६४ मध्ये शिवाजीचा बंदोबस्त करण्यासाठी राजा जयसिंहाला दक्षिण भारतात पाठविले.

सुरतेची लूट

शाइस्तेखानावर हल्ला ही गोष्ट आश्चर्यजनक धाडस असू शकते, परंतु त्यामुळे शिवाजी महाराजांच्या राज्याला फारसा फायदा झाला नाही. आता शिवाजी महाराजांनी एक जबरदस्त सैन्य दल उभारण्याचा निर्णय घेतला. आणि जाहीर केलं की हे सैन्य मोगल हल्लेखोरांचा बंदोबस्त करण्यासाठी उभारण्यात येत आहे. बहिर्जी नाईक नावाच्या एका मुख्य गुप्तहेराने त्यांना माहिती दिली की सुरतेची लूट केल्यास प्रचंड धन-द्रव्य मिळू शकतं. सुरत त्याकाळी समुद्री व्यापाराचे मुख्य केंद्र होते. हे एक असे बंदर होते, जेथून हज यात्रेकरू मक्केला जात असत. या ठिकाणी किमान वीस करोपडपती व्यापारी होते. त्यापैकी दोघे-तिघे तर जगातील सर्वात श्रीमंत लोकांपैकी समजले जात होते. मुल्ला अब्दुल जाफर व्यापाऱ्याचे बहुमुल्य सामग्रीने भरलेले एकोणीस जहाजे होती.

सुरत शिवाजी महाराजांच्या तात्कालीन निवासस्थानापासून दोनशे मैल अंतरावर

होते. इथे जाणे आणि निरोपाची देवाण-घेवाण करणे देखील कठीण काम होते. त्यासाठी त्यांनी प्रथम राजापुरी आणि पेणच्या जवळ दोन छावण्या उभारल्या आणि सांगितले की हे सर्व पुर्तुगीजांचा बंदोबस्त करण्यासाठी करण्यात येत आहे. चार हजार सैनिकांची ही तुकडी लहान-मोठ्या गटाने १ जानेवारी १६६४ ला नाशिकमार्गे ५ जानेवारीला सुरतपासून २१ मैल अंतरावर गणदेवी या ठिकाणी पोहोचली.

सैन्याच्या येण्याची बातमी ऐकून सुरतकर भयभीत झाले. अनेक जण सहपरिवार पळून गेले. सुरतचा सुभेदार इनायतखानाकडे निरोप पाठविला की त्यांचे (शिवाजी महाराजांचे) मोगल सम्राटासोबत युद्ध होवू लागले आहे. म्हणून त्यांना धन-द्रव्याची गरज आहे. हे धन सम्राटाच्या छत्रछायेखाली व्यापार करणाऱ्याकडून घेतले जाईल.

शिवाजी महाराजांना जवळ-जवळ पन्नास लाख हवे होते. इतके धन सगळे व्यापारी मिळून देवू शकत होते. शेवटी व्यापाऱ्यांना देखील निरोप पाठविण्यात आला, "उद्या आम्ही सुरतेत असणार आहोत, आपण भेटून लिखीत स्वरूपात धन द्यावे. जर आपण आज्ञा पालन केले नाही. तर आम्हाला धन-द्रव्य प्राप्तीसाठी वेगळ्या मार्गाचा अवलंब करावा लागेल. ज्याला आपणच जबाबदार असाल."

शिवाजी महाराजांच्या आदेशाला कोणीही गंभीरपणे घेतले नाही. सुभेदाराने कठोर शब्दात दूतामार्फत निरोप पाठविला. दुताला कैद करण्यात आले. दुसऱ्या दिवशी सकाळी ११ वाजता शिवाजी महाराज शहरात दाखल झाले. सुभेदार सुरत सोडून पळाला. सैनिकानी मनसोक्तपणे व्यापाऱ्याकडून धन-द्रव्य प्राप्त केले. दुसऱ्या दिवशी म्हणजे ७ जानेवारी रोजी सुभेदाराने शिवाजीला धोका देण्यासाठी शांती प्रस्तावासहित एक दूत पाठवला. त्याला एकांतामध्ये शिवाजी महाराजांना काही सांगायचे होते. एकांत मिळताच त्याने लपवून आणलेल्या कटारीने शिवाजी महाराजांवर हल्ला करण्याचा प्रयत्न केला. शिवाजी महाराजांच्या अंगरक्षकाने मोठ्या तत्परतेने त्याचे डोके धडावेगळे केले. आता शिवाजी महाराजांचे सैनिक सुरतेत कत्तल करू इच्छित होते. परंतु शिवाजी महाराजांनी त्याला परवानगी दिली नाही. होय, काही व्यक्तीची, ज्यांनी कारस्थान केले होते. त्यांचे हात तोडण्यात आले आणि शहरातील सर्व धनाड्यांना लुबाडून त्यांच्या घराला आगी लावण्याचा आदेश देण्यात आला. तात्पर्य असे की ८ आणि ९ जानेवारीच्या शेवटी लूट आणि आगीने एक तृत्यांश शहर जळून भस्म झाले होते. घरे पाडण्यात आली, संपत्ती लुटण्यात आली, ज्याला कोणीही, कसलाही विरोध केला नाही. या लुटीमध्ये तेथिल ख्रिश्चनांना लुटण्यात नाही आले. कारण त्या ठिकाणच्या पादऱ्याने येवून शिवाजी महाराजांकडे आधीच विनंती केली होती.

दुसऱ्या दिवशी देखील लूट चालू राहाणार होती की नाही, माहीत नाही पण

सकाळीच शिवाजी महाराजांना खबर मिळाली की मोगलाचे प्रचंड सैन्य सुरतेच्या मदतीसाठी धावून येत आहे. म्हणून शिवाजी सोने, चांदी, हीरे आदी बहुमूल्य वस्तू घेवून परतीच्या प्रवासाला लागले. इतर वस्तु गरिबांना वाटण्यात आल्या. शक्यता आहे की या लूटीत त्यांनी एक करोडची मालमत्ता लुबाडली असावी. लुटिला रायगड किल्ल्यावर ठेवण्यात आले.

रायगडावर पोहोचल्यानंतर काही दिवसानंतर शिवाजी महाराजांना बातमी मिळाली की एका हरिणाचा पाठलाग करीत असताना घोड्यावरून पडून २३ जानेवारी १६६४ ला वसवपट्टनच्या जवळ त्यांचे वडील शहाजीचा मृत्यू झाला होता.

विजापुरचे मान-मर्दन

पन्हाळ्याच्या वेढ्यानंतर शिवाजी महाराजांचा विजापूर सत्तेसोबत करार झाला होता आणि हा किल्ला विजापूरला परत दिला होता. १६६३ च्या सुरूवातीला विजापूरचा शाह दक्षिण कोकणावर वर्चस्व मिळविण्यासाठी कर्नाटक अभियानाच्या निमित्ताने बाहेर पडला आणि त्याने बंकापुरमध्ये छावणी उभारली. कोकणावर त्यावेळी शिवाजी महाराजांचे वर्चस्व होते. विजापुर शहाच्या येण्याची बातमी ऐकून या क्षेत्राचा सरदार, बिर्गुलाचे डच तसेच गोव्याचे पुर्तगाली व्यापारी भयभीत झाले. विजापुरच्या या कारवाईला विरोध करण्यासाठी शिवाजी महाराजांचा सावत्र भाऊ एंकोजी देखील शिवाजी महाराजांच्या विरोधात उभा राहिला. शिवाजी महाराजांना या सर्व गोष्टीची माहिती मिळाली होती. ते पूर्ण तयारीतच होते. त्यांनी एका-एकाला पराभूत केले. सन १६६४ च्या नोव्हेंबर महिन्यात त्यांनी अचानक मुधोळवर हल्ला केला. हा त्यांच्या चुलत बंधुचा म्हणजे बाजी घोरपडे यांचा प्रदेश होता, जो त्यांचा कट्टर विरोधक होता. त्याने १६४८ मध्ये शहाजीला पकडून देण्यास मुख्य भूमिका केली होती. यावेळी शिवाजी महाराजांसोबत युद्ध करताना अनेक सैनीकासह तो मारला गेला. येथील लुटीत शिवाजी महाराजांना चांगली धन-संपदा मिळाली. मुधोळवर वर्चस्व मिळविल्यावर त्यांनी बाजी घोरपडेंचे सर्वांत धाकटे पुत्र मालोजी घोरपडेंना तेथील सरदार म्हणून नियुक्त केले.

मुधोळनंतर त्यांनी खवासखानचा सामना केला. जो यावेळी खानापुरात होता. या युद्धात खवासखान आणि त्याचे २०० सैनिक माल्या गेले. त्यानंतर शिवाजी महाराजांनी खानापुर, हुबळी आदीला लुटले. या दरम्यान कुडाळाचा सरदार विजापूरच्या बाजूने झाला होता. म्हणून त्याला शिक्षा करण्यासाठी त्याच्या प्रदेशला लुटून आपल्या ताब्यात आणले. सरदाराला पुर्तगीजांनी आश्रय दिला होता. म्हणून त्याचा पोडा किल्ला तोफांने उडवून दिला. त्यावर माफी मागत पुर्तगीजांनी अनेक तोफा शिवाजी महाराजांना भेट

म्हणून दिल्या. सरदाराचा एक दूत पिताबंरवरून नवाई या ठिकाणी चर्चा करण्यासाठी शिवाजी महाराजांकडे आला. त्यावर त्याला अर्धे राज्य परत देण्यात आले.

शिवाजी महाराजांचा सावत्र भाऊ एंकोजीने देखील युद्धात विजापूरच्या बाजुने काम केले होते. त्याचं सैन्य फार त्रोटक होतं. म्हणून त्याच्या विरोधात यावेळी विशेष कारवाई केली नाही. विजापूरने मात्र त्याला बक्षीस देवून सन्मानीत केले. या सर्व गोष्टीचा बदला घेण्यासाठी शिवाजी महाराजांनी त्याच्यावर आपला अभिषेक करून घेतल्यानंतर कारवाई केली.

शिवाजी महाराज ज्या विरोधी प्रदेशावर हल्ला करायचे, तो प्रदेश युद्ध-दंड अथवा भरपाई म्हणून लुटायचे, हे त्यांच्या डावपेचाचे वैशिष्ट्ये होते.

जयसिंहासोबत दोन हात

शिवाजी महाराजांचे वाढते वर्चस्व पाहून सम्राट औरंगजेब अस्वस्थ झाला होता. त्याच्या नजरेत शिवाजी महाराज म्हणजे एक डोंगरी उंदीर किंवा एखादा दरोडेखोर अशा प्रकारची व्यक्ती होता. परंतु शाइस्तेखानावर केलेल्या हल्ल्याने त्याला शिवाजी महाराजांचा विचार वेगळ्या प्रकारे करावा लागला. म्हणून त्याने शिवाजी महाराजांचा बंदोबस्त करण्यासाठी राजा जयसिंहाला पाठविले. सुरतेची लूट केल्यावर तर औरंगजेब अधिकच भडकला. ग्रांड डफने लिहिले आहे की त्याच्या क्रोधाचे सर्वात मोठे कारण हे पण होते की त्यांनी हजला जाणाऱ्या यात्रेकरूला देखील लुबाडले होते. दिलेरखान आणि राजा जयसिंह सम्राटाच्या विश्वासू गोटातील व्यक्ती होते. त्याचे राजकीय चातुर्य आणि युद्ध कलेने सम्राट अंत्यत प्रभावीत होता.

३० सप्टेंबर १६६४ ला आपल्या जन्मदिवसाच्या प्रसंगी, औरंगजेबने जयसिंहाला विशेष पोषाखाने सन्मानीत करून शिवाजी महाराजांचा बंदोबस्त करायला पाठवले. दिलेरखान, दाऊदखान, आपले पुत्र किरतसिंह आदींना घेवून विशाल सैन्यासहित जयसिंहाने दक्षिणेकडे कूच केली आणि १९ जानेवारी १६६५ ला बऱ्हाणपुरला पोहोचला. तिथे काही दिवस तयारी करून १० फेब्रुवारीला तो औरंगाबादेत दाखल झाला. त्यानंतर ३ मार्चला तो पुण्यात गेला. यावेळी शिवाजी महाराज कारवारच्या किनारी होते. तेथून ते परतले. त्याने याची पुरेपुर काळजी घेतली होती की विजापुरने शिवाजी महाराजाला कसलीही मदत करू नये. खरे सांगायचे तर यावेळी मोगल सम्राटाच्या सांगण्यावरूनच विजापूर शिवाजीच्या विरोधात युद्ध करू लागले होते. कुडाळचा सरदार पुन्हा शिवाजीच्या विरोधात झाला होता. सम्राटाने जयसिंहाला आज्ञा दिली की त्याने शिवाजी महाराजांचा कोकणात पाठलाग करावा. परंतु हा डोंगराळ भाग मोगल सैन्यासाठी

कठीण होता. त्याने शिवाजी महाराजांचे लोहगड तसेच राजगडाच्या दरम्यानचे पठार लवकरच जिंकून घेतले तसेच पुण्याच्या जवळपास शिवाजी महाराजांचा सर्व क्षेत्राला देखील ताब्यात घेतले. त्यानंतर गोवा आणि मुंबईच्या युरोपियांना देखील आपल्या मदतीला बोलावले. कर्नाटकच्या सर्व सरदरांकडे देखील दूत पाठवले. अफजलखानाचा पुत्र फजल खान तथा बेदनुरचा नायक देखील जयसिंहाला मिळाला. मोगल सम्राटाने यावेळी जयसिंहाला साम्राज्याच्या हितासाठी जितके पाहिजे तितके आणि जितके धन खर्च करायचे तितके, त्याचा अधिकार दिला होता. पाऊसकाळ जवळ आल्याने जयसिंहाने सैन्याची मुख्य छावणी सासवड तसेच आपले अस्थायी निवासस्थान पुण्यात केले. पश्चिम खिंडीच्या सुरक्षेसाठी कुतुबुद्दीनखानाच्या देखरेखीखाली लोहगडावर सात हजार सैनिक ठेवण्यात आले.

सैनिक तयारीसह जयसिंहाने कुटनीतिचा देखील उपयोग केला. त्याने शिवाजी महाराजांना हे समजावण्यासाठी सम्राट हिंदूच्या आणि शिवाजी महाराजांच्या विरोधात नाही. तात्पर्य त्यांनी स्वतःहून सम्राटाचे मांडलिकत्त्व स्वीकारावे, दूत देखील पाठवले.

मार्चच्या अखेरापर्यंत जयसिंह पुण्याहून सासवडला गेला आणि त्याने दिलेर खानाला पुरंदर किल्ल्याला वेढा घालण्याची आज्ञा दिली. शिवाजी महाराजांचा मुख्य गड राजगडावर त्यांचा कोष देखील होता. तो मिळविण्यासाठी दाऊद खान कुरेशीला पाठविण्यात आले. पुरंदरच्या जवळ वज्रगडाच्या रक्षकांनी स्वतः मोगल सत्तेचे वर्चस्व मान्य करावे असा प्रस्ताव ठेवला. नेताजी पालकर यांना परांडावर ताबा करण्यासाठी पाठविले. परंतु ते उपयशी ठरले. असे असले तरी मराठ्यांच्या इतिहासात याचा कोठेही उल्लेख आढळला नाही. परंतु असे म्हणतात की जयसिंहाने नेताजीला फितूर केले होते. म्हणून ते आपले घोडदळ घेवून फार दूर निघून गेले होते. त्यासाठी शिवाजी महाराजांनी नेताजींना शिक्षा तर दिली नाही. परंतु शेवटपर्यंत माफ देखील केले नाही. याचा उल्लेख पुढे प्रसंगानुरूप करण्यात येईल. नेताजी नंतर मोगल सम्राटाच्या सेवेत गेले होते.

३० मार्चला दिलेर खानाने पुरंदर वर हल्ला चढवला, असे असले तरी गडरक्षक मुरारबाजीने हल्लेखोरांना उपाशी ठेवण्यासाठी आपल्या गनिमीकावा युद्धतंत्राचा उपयोग केला आणि त्यांच्या दारूगोळ्याला आग लावण्यात आली. परंतु दोन हजार मराठा मावळ्यांच्या जोरावर त्याला विशाल मोगल सैन्याचे काही नुकसान नाही करता आले. पुरंदरच्या खालच्या भागावर म्हणजे रूद्रमल वर दिलेर खानाने अधिकार मिळवला. याच लढाईत मुरारबाजी एक हात तुटल्यावरही लढत होता, परंतु मारल्या गेला. त्याचे डोके मोगलांनी उडवले होते आणि शरीर मराठ्यांनी अंतिम संस्कारासाठी शिवाजीकडे पाठविले होते. तरीपण शत्रू किल्ल्यात प्रवेश करू शकला नाही.

पुरंदरचा करार

या दरम्यान देखील जयसिंह शिवाजी महाराजांकडे मांडलिकत्व स्वीकारण्याचा प्रस्ताव वारंवार पाठवत राहिला. शेवटी आपली अडचण लक्षात घेवून शिवाजी महाराज तयार झाले. ११ जून १६६५ ला शिवाजी महाराज सहा ब्राह्मणांसहित जयसिंहाच्या छावणीत गेले, जी सासवड जवळच्या नारायण मंदीराच्या मैदानात उभारली होती. दोघांमधील चर्चेदरम्यान दिलेर खान पुरंदरमध्येच होता. १२ जूनला जयसिंहच्या सांगण्यावरून शिवाजी महाराज कोणतेही शस्त्र-अस्त्र न बाळगता दिलेर खानाला भेटायला त्याच्या निवास्थानी पोहोचले. यामागे दिलेर खानाचा एक विशेष उद्देश होता आणि मुसलमान असल्याने सम्राट दिलेर खानावर जास्त विश्वास ठेवत होता. शिवाजी महाराजांच्या या व्यवहाराने दिलेर खान अंत्यत प्रसन्न होता. त्याने शिवाजी महाराजांना दोन घोडे, एक तलवार, एक रत्नजडीत कट्यार तसेच उंची वस्त्रे भेट म्हणून दिली. खानाने खुद्द त्यांच्या कमरेला तलवार लावली, त्यावर शिवाजी महाराज बोलले, "मी पूर्णपणे निःशस्त्र राहू इच्छितो, तुमचा सभ्यपणा हीच माझी सर्वोत्तम सुरक्षा आहे."

त्यानंतर चार दिवस शिवाजी महाराज मोगल छावणीत पाहूणचार घेत राहिले. कराराच्या अटी जयसिंह, दिलेर खान तसेच शिवाजी महाराजांनी एकत्र ठरविल्या. १५ जूनला ते करारात ठरविलेले किल्ले परत देण्यासाठी तेथून परतले. या करारात खालील गोष्टीचा समावेश होता.

१. शिवाजी महाराज २३ किल्ले तसेच चार लाख होन इतक्या मिळकतीचे क्षेत्र मोगलाना परत करतील. उर्वरित १२ किल्ले तसेच एक लाख होन उत्पादन्नाच्या क्षेत्रात शिवाजी महाराज मोगल सम्राटाची प्रजा या नात्याने राज्य करतील.

२. शिवाजी महाराजांचा पुत्र संभाजी पाच हजाराचे मनसबदार म्हणून दरबारात राहील.

३. शिवाजी महाराजांना दोन शेजारील राज्यातून कर वसूल करण्याचा अधिकार असेल.

मोगल छावणीतून परत आल्यावर जयसिंहाचा पुत्र किरतसिंह देखील शिवाजी महाराजांसोबत गेला. शिवाजी महाराजांनी २३ किल्ल्यांची चावी त्यांच्याकडे सोपवली. जी घेवून तो १९ जूनला जयसिंहाकडे गेले. जयसिंहाने या कराराचे सविस्तर निवेदन सम्राटाकडे पाठविले. यामुळे औरंगजेब अंत्यत प्रसन्न झाला. त्याने आपल्या पंजाची छाप असणारे फर्मान आणि एक पोशाख शिवाजी महाराजांना भेट म्हणून पाठविला.

३० सप्टेंबरला या वस्तू जयसिंहाच्या छावणीत पोहोचल्या. करारातील अटीनुसार तीन महिन्यापर्यंत सम्राटाच्या विरोधात केलेल्या द्रोहामुळे शिवाजी महाराज कसलेही शस्त्र धारण करू शकत नव्हते. हे फर्मान मिळाल्यानंतर स्वतः जयसिंहाने त्यांना रत्नजडीत तलवार प्रदान केली.

मोगलांच्या बाजूने विजापूरवर आक्रमण

कराराच्या एका अटीनुसार शिवाजी महाराज विजापूरच्या विरोधात मोगलाच्या बाजूने लढले. हे युद्ध २० नोव्हेंबर १६६५ ला सुरू झालं आणि अनेक चढ-उतारातून गेलं. निसटता विजय मिळवताना अनेकदा सैन्याला माघार पण घ्यावी लागली. दिलेर खानाने याचा सारा दोष शिवाजी महाराजांच्या माथ्यावर फोडला. त्याचा स्पष्ट आरोप होता की शिवाजी महाराजांनी विश्वासघात केला आहे. म्हणून मोगलाचा विजय झाला नाही. त्याने स्पष्ट सांगितले की शिवाजी महाराजाना ठार करायला हवे. पुरंदरवर हल्ला करण्यापूर्वी देखील तो शिवाजी महाराजांना ठार करायला हवे, असे म्हणत होता. जयसिंहाने परिस्थिती नेमकी काय आहे ती तपासली. तो समजून गेला की अशा प्रकारच्या वातावरणात शिवाजी महाराजांचे प्राण वाचणे कठीण आहे. शवेटी जानेवारीच्या मध्यंतरी त्याने शिवाजी महाराजांना विजापूरच्या दक्षिण-पश्चिम भागावर आक्रमण करण्यासाठी पाठविले. हा किल्ला त्यांनी पन्हाळा गडाला घातलेल्या वेढ्यानंतर झालेल्या करारानुसार विजापुरला दिला होता. इथे पण विजापूरची सेना सज्ज होती. त्यांनी मोठ्या शौर्याने मराठा सैन्याचा सामना केला. भयंकर युद्धात एक हजार मराठा सैनिक कामी आले. तितक्यात सकाळ होवू लागली, डोंगरावरून जे सैनिक किल्ल्यावर चढू लागले होते ते दिसू लागले. त्यांच्यावर भयंकर दारू-गोळयाचा वर्षाव होवू लागला. मराठा सन्य पराभूत झालं. शेवटी शिवाजी महाराज चौदा कोस दूर असणाऱ्या खेळना किल्ल्यात परतले.

या दरम्यान शिवाजी महाराज तसेच त्यांचे परम विश्वासू सैनापती नेताजी पालकर यांच्यात गंभीर मतभेद झाले. या मतभेदाचे काय कारण होते. या संदर्भात काही माहिती मिळत नाही. ज्यावेळी शिवाजी महाराज मोगलाच्या बाजूने विजापूरच्या विरोधात लढत होते, नेताजीने शिवाजी महाराजांची सेवा करणे सोडून दिले आणि विजापूरच्या सेवेत दाखल झाले. परिस्थितीची गंभीरता लक्षात घेवून गुप्त मार्गाचा अवलंब करून नेताजीला आपल्या बाजूने करत मोगल सम्राटाच्या सेवेत दाखल केले.

मोगलाचे वर्चस्व शिवाजीं महाराजांनी त्यावेळेची गंभीर परिस्थिती लक्षात घेवून स्वीकारले होती. तरी पण त्यांनी पुन्हा-पुन्हा जयसिंहाचे लक्ष सत्याकडे आकर्षित

करण्याचा प्रयत्न केला होता आणि औरंगजेब एक धूर्त व्यक्ति आहे. त्याच्यावर विश्वास नाही ठेवला पाहिजे. औरंगजेब त्याच्या बापासोबत आणि भावासोबत कसा वागला याची आठवण देखील करून दिली होती. परंतु जयसिहाचे नेहमीच असे म्हणणे असायचे की, "हे सगळे असले तरी सम्राट आपले स्वामी आहेत, त्यांची आज्ञा पाळणे आणि त्यांच्यावर विश्वास ठेवणे आपले कर्तव्य आहे." शिवाजी महाराजांनी पुन्हा-पुन्हा सावध केल्यानंतर जयसिंहाने त्यांची पूर्ण सुरक्षा तसेच त्यांच्यासोबत सन्मानपूर्वक व्यवहाराची जबाबदारी स्वतःवर घेतली. त्यावेळी शिवाजी महाराज कराराच्या उद्देशाने सहमत झाले.

त्यानंतर शिवाजी महाराज जयसिंहासोबत झालेल्या कराराचे पालन करण्यासाठी मोगल सम्राट औरंगजेब यांना भेटायला जाण्याची तयारी करु लागले.

प्रकरण पाचवे

सिंह पिंजऱ्यात

शिवाजीं महाराजांचा औरंगजेबावर थोडाही विश्वास नव्हता, परंतु जयसिंहाला पूर्ण विश्वास होता की तो सम्राटासोबत कायमचा करार करून देईल. शिवाजी महाराजांनी एक खबरदारी बाळगली की मोगल दरबारात स्वतः हजर न राहता आपल्या मुलाला पाठविले. कराराप्रमाणे त्यांना एकदा सम्राटाची भेट घ्यावी लागणारा होती, परंतु त्यांना भेटायला जाणे म्हणजे थोडे संकोचल्यासारखे वाटत होते, जयसिंहाने त्यांना शब्द दिला होता की मोगल दरबारात ते स्वतः (जयसिंह) तसेच त्यांचा जेष्ठ पुत्र रामसिंह दोघे त्यांच्या सुरक्षेची जबाबदारी घेतील. त्यासाठी त्यांनी शिवाजी महाराजांना लिखित प्रतिज्ञा देखील दिली.

मोगलांची मदत करतेवेळी विजापूरच्या युद्धात शिवाजी महाराजांनी सुंदर शौर्याचे प्रदर्शन केले होते. ज्याचा परिणाम म्हणून मोगल सैन्याचा विजय झाला होता. त्यामुळे प्रसन्न होवून औरंगजेबने त्यांना बक्षीस देखील दिले आणि ५ एप्रिल १६६६ ला स्वतः त्यांनी त्यांना पत्र देखील लिहिले, ज्यात त्यांनी शिवाजी महाराजांना दिल्लीत येण्याचे निमंत्रण दिले होते आणि शब्द दिला होता की त्यांना दरबारात योग्य तो सन्मान आणि उच्च पद दिल्या जाईल. त्यानंतर त्यांना दक्षिणेकडे जायला परवानगी असेल. त्यांना दिल्लीत येता यावे म्हणून औरंगजेबने एक लाख रूपायाचा बंदोबस्त केला होता आणि रस्त्यात त्यांचा राजकुमाराप्रमाणे सन्मान व्हावा असे पण सांगून ठेवले होते.

राजगडावरून निघण्यापूर्वी राजांनी आपल्या गैरहजेरीत शासन चालविण्याची व्यवस्था केली. त्यांनी आपल्या सर्व मुख्य अधिकाऱ्यांना बोलावून घेतले आणि माता जिजाबाईच्या हाती सत्तेची सूत्रे सोपवली. तसेच मोरोपंत पेशवा, निळोपंत मुजुमदार आणि प्रतापराव गुजर कार्यकारी संचालक समितीचे सदस्य बनवले. त्यानंतर आपल्या ताब्यात असणाऱ्या सर्व प्रदेशाचा दौरा केला. सर्व स्थानीक अधिकारी तसेच किल्ला रक्षकांना पूर्ण खबरदारी आणि सतर्कतेने कार्य करण्याचा आदेश दिला. आपल्या गैरहजेरीत मॉंसाहेब जिजाऊच्या आज्ञेचे पालन करण्याची आज्ञा दिली. पूर्ण व्यवस्था केल्यानंतर ५ मार्च १६६६ ला ते राजगडावरून आग्रा या ठिकाणाकडे निघाले. या वेळी त्यांचा पुत्र संभाजी, काही वरिष्ठ

अधिकारी, सेवक तसेच चार हजार अंगरक्षक होते. त्यांच्यासोबत जाणाऱ्या लोकांपैकी पुढील व्यक्तीच्या नावाचा उल्लेख इतिहासात आढळतो. तानाजी मालुसरे, येसाजी कंक, बाजी सर्जेराव जेधे, हिरोजी फर्जंद, बाळाजी आवजी, निराजी रावजी, रघुनाथ बल्लाळ कोर्डे, त्र्यंबक सोनदेव डबीर आणि मदारी मेहतर.

५ एप्रिल रोजी रस्त्यातच शिवाजी महाराजांना औरंगजेबाचे पत्र मिळाले, ज्यात त्यांच्या आग्रा या ठिकाणाकडे निघण्याबद्दल प्रसन्नता व्यक्त करीत लिहिले होते-"आपले पत्र ज्यात आपण लिहिले आहे की आपण निघालात, आम्हाला मिळाले. माझ्यावर विश्वास ठेवून लवकर यावे. माझी भेट घेतल्यावर आपण माझ्या राजकीय कृपेने वैभवशाली व्हाल आणि आपणास दक्षिणेकडे जाण्याची परवानगी मिळले. मी आपणास भव्य चिलखत पाठवत आहे."

औरंगाबादेत दाखल झाल्यावर जनता त्यांच्या दर्शनासाठी आली. परंतु तेथिल सुभेदार सफशिकन खान त्यांच्या स्वागतासाठी आला नाही. शिवाजा महाराजांना हा स्वतःचा अपमान वाटला. ते सरळ जयसिंहाच्या छावणीत आले. त्यावर जयसिंहाने सफशिकन खानाला खडसावले आणि त्यांच्या वागण्याला दोष दिला. सफशिकन खानाला त्याची चूक समजली, यामुळे शिवाजी महाराज समाधानी झाले. दुसऱ्या दिवशी परत जाताना त्यांनी स्वतः त्याची भेट घेतली. काही दिवस तिथे थांबून शिवाजी मार्चच्या मध्यंतरी उत्तरेकडे चालते झाले.

आग्रा शाहजहांचे प्रिय ठिकाण होते. १६५८ ला औरंगजेबने सत्ता हाती घेतल्यावर शहाजहांला आगऱ्यात कैद केले. आठ वर्ष जोपर्यंत शहाजहां जिवंत होता; औरंगजेबने आगऱ्यात पाय देखील ठेवला नाही. २२ जानेवारी १६६६ ला शहाजहांचा मृत्यू झाल्यानंतरच तो आगऱ्यात आला. १२ किंवा १३ मे ला त्याचा पन्नासवा वाढदिवस (चंद्रमासानुसार) येत होता. त्यादिवशी तो प्रसिद्ध मयूर सिंहासनावर बसू इच्छित होता. अलिकडेच त्याची दीर्घ आजारातून सुटका झाली होती. यावेळी त्याचे सर्व मोठ-मोठे शत्रू शांत बसले होते. शेवटी सम्राटाच्या या पन्नासव्या वाढदिवसा निमित्त शिवाजी महाराजांना त्याला भेटण्याची संधी मिळाली होती.

औरंगजेबासोबत भेट

पाचशे मैलाचा प्रवास करून दोन महिन्यात ठरलेल्या दिवशी शिवाजी महाराज आगऱ्याजवळच्या मलुकचंद येथे पोहोचले. दरबाराचा एक सामान्य नियम होता की जो कोणी मोठा व्यक्ति सम्राटाला भेटायला येई, त्यावेळी दरबारातील एक किंवा दोन उमराव त्याच्या स्वागतासाठी (सन्मानाप्रित्यर्थ) येत असत. हे काम जयसिंहाचे पुत्र

रामसिंह यांच्यावर सोपवले होते. परंतु कार्यक्रमाच्या दोन दिवसाआधी किल्ल्यावर पहारा देण्याची जबाबदारी देखील रामसिंहाची होती, म्हणून शिवाजी महाराजांच्या स्वागत-सत्काराला तो हजर राहू शकला नाही. कार्यक्रमाच्या दिवशी सकाळी शिवाजी महाराज दरबारात पोहचावेत, त्यासाठी त्याने आपले प्रतिनिधी मुंशी गिरधारीलाल यांना पाठवले. गिरधारीलाल शिवाजी महाराजांना घेवून येताना रस्ता विसरला आणि लांबच्या रस्त्याने आल्याने त्यांना यायला उशिर झाला. त्यावेळी रामसिंह शिवाजी महाराजांना आणण्यासाठी नूरगंज या ठिकाणी गेला. इथे जयसिंहाने शिवाजी महाराज आणि जयसिंहाचा एकमेकांसोबत परिचय करून दिला. त्यानंतर मुखलिस खान त्यांना भेटले. ज्या पद्धतीने शिवाजी महाराजांचा सन्मान व्हायला हवा होता तसा झाला नाही. रामसिंह दरबारातील एक सामान्य मनसबदार होता. सर्वप्रथम शिवाजी महाराजांना या ठिकाणी अपमानीत वाटले.

येथून रामसिंहाने त्यांना आपल्या निवासस्थानी नेले, जिथे त्यांचा योग्य तो सत्कार करण्यात आला. त्यानंतर रामसिंह आणि मुखलिस खान शिवाजी महाराजांना दरबारात घेऊन गेले. उशीर झाल्यामुळे दिवान-ए-आमची कार्यवाही समाप्त झाली होती आणि सम्राट दिवाण-ए-खास मध्ये निघून गेले. शेवटी शिवाजी महाराजांना त्या ठिकाणी आणण्यात आले. सफेद संगमरवरने बनलेली दिवान-ए-खास त्या दिवशी विशेष पद्धतीने सुसज्जीत केला होता. फरसीवर मूल्यवान गालीचे अंथरले होते, सम्राट सिंहासनावर आरूढ होते. सर्वत्र रंगी-बेरंगी मौल्यवान कपड्यांनी दिवान-ए-खासची शोभा वाढली होती.

औरंगजेबाच्या आज्ञेवरून बक्सी असद खानाने शिवाजी महाराजांना त्याच्या समोर हजर करण्यात आले. शिवाजी महाराजांकडून सम्राटाला भेट म्हणून एक हजार मोहरे, दोन हजार रूपये तसेच उधळण्यासाठी पाच हजार रूपये त्यांच्या चरणावर ठेवण्यात आले. संभाजीची ओळख सम्राटासोबत करून देण्यात आली. संभाजीतर्फे भेट म्हणून शंभर मोहरा, एक हजार रूपये, तसेच उधळण्यासाठी दोन हजार रूपये देण्यात आले. या भेटी आणि अभिवादनाला उत्तर म्हणून औरंगजेबाने शिवाजी महाराजांसोबत एक शब्दही केला नाही. त्यांना सम्राटाच्या सिंहासनाजवळ घेऊन जावून पाच हजारी मनसबदरांसोबत उभे केले. दरबाराची कारवाई चालू राहिली. त्यानंतर राजकुमार तसेच सरदारांना खान-पान वाटण्यात आले, परंतु शिवाजी महाराजांना पान देण्यात आले नाही. शिवाजी महाराज ज्या सन्मानासाठी इथे आले होते, तो त्यांना मिळणार नाही असे दिसत होते. सम्राटाच्या वाढदिवसानिमित्त राजकुमार, वजीर जफर खान तसेच जोधपुरचा राजा यशवंतसिंह यांना उंची पोषाख देण्यात आला. परंतु शिवाजी महाराजांना

यापासूनही वंचित ठेवण्यात आले. सोबतच त्यांना असहाय झाले होते. त्यांचा चेहरा रागाने क्रोधीत झाला. डोळ्यात पाणि दाटले. रागाने त्यांचे शरीर थरथरू लागले, त्यांची ही प्रतिक्रिया औरंगजेबापासून लपून राहिली नाही. त्याने रामसिंहाला विचारले-"शिवाजीला विचारा की कसला त्रास होतोय?" रामसिंह शिवाजी महाराजांजवळ आला आणि तोच प्रश्न त्याने पुन्हा विचारला. शिवाजी महाराज म्हणाले, "तुम्ही पाहिले आहे तुमच्या सम्राटाने देखील पाहिले आहे. काय मी असा माणूस आहे, ज्याला मुद्दाम उभे करण्यात यावे? मला तुमचा मानसन्मान नको आहे. मला उभेच करायचे होते तर जागा तरी ठीक असावी. इतके बोलून ते राजसिंहासनाकडे पाठ फिरवून निघून गेले. रामसिंहाने त्यांचा हात पकडला. परंतु तो झटकून ते दुसरीकडेच जावून बसले. रामसिंहाने त्यांना समजावून सांगण्याचा खूप प्रयत्न केला. परंतु शिवाजी महाराजांनी काही ऐकले नाही. ते म्हणू लागले,"माझा मृत्यू आला आहे, एक तर तुम्ही मला ठार करा अथवा मी आत्महत्या करतो. माझे डोके उडवायचे आहे, तर उडवा. मी सम्राटाच्या सेवेत येणार नाही."

रामसिंहाने सर्व वृत्तांत सम्राटाला सांगितला. त्यावेळी त्याने मुल्तफित खान, अकिल खान आणि मुखलिस खानाला आज्ञा दिली की शिवाजीला उंची वस्त्रे परिधान करून पुन्हा त्यांच्या (सम्राटाच्या) समोर आणावे. ती मंडळी शिवाजीं महाराजांकडे गेली आणि त्यांना उंची वस्त्रे परिधान करून सम्राटासमोर यायला सांगितले. त्यावर शिवाजी महाराजांनी उत्तर दिले,"मला उंची वस्त्रे नको आहेत, सम्राटांनी मला मुद्दापणे यशवंतापेक्षा कमी लेखले. मला त्यांचा सन्मानही नको आहे आणि मला त्यांचा सेवकही बनायचे नाही. मला ठार करायचे असेल तर करा, कैद करायचे असेल तर करा. परंतु मी उंची वस्त्रे परिधान करणार नाही."

तिन्ही सरदारांनी शिवाजी महाराजांचे म्हणणे सम्राटाला कळविले. सम्राटाने रामसिंहाला आज्ञा दिली की शिवाजी महाराजांना स्वतः सोबत नेवून समजावून सांगण्याचा प्रयत्न करावा. रामसिंह शिवाजी महाराजांना घेऊन आपल्या निवासस्थानी आला. त्यांनी त्यांना खूप समजावण्याचा प्रयत्न केला परंतु एक तास समजावून सांगितल्यावरही शिवाजी महाराज काही ऐकून घेण्यास तयार नव्हते.

सम्राटाच्या दरबारात काही सरदार शिवाजी महाराजांच्या विरोधात देखील होते, त्यांनी शिवाजी महाराजांच्या या वर्तनाविरूद्ध सम्राटाला भडकविण्याचा पूर्ण प्रयत्न केला. सय्यद मुर्तजा खान म्हणाला,"मला तर आश्चर्य वाटतय, उंची वस्त्रे आज नाही घातली तर उद्या घातली जातील, फक्त मिर्झा राजा (जयसिंह) ची काळजी आहे, शिवाजीची तर काही काळजीच नाही."

सम्राटासमोर गंभीर समस्या उत्पन्न झाली की शिवाजी महाराजांसोबत कसे वागावे? एक बेगम, जयसिंहाचा विरोधक सरदार तसेच एक-दोन दरबारी व्यक्तीने त्यांचे खूप काने भरले की, शिवाजी महाराज एक छोटासा खेडवळ जहागिरदार आहे. त्याने भरदराबारात सम्राटाचा अपमान केला आहे. त्याला जर असेच जावू दिले तर उद्या कोणीही दरबारात भलतेच वागू शकेल. रामसिंह त्याच्या पद्धतीने शिवाजी महाराजांची मनधरणी करू लागला होता. सम्राटाने राजधानीचे मुख्य अधिकारी सिद्दी फुलादला रामसिंहाकडे पाठवले की त्यांने शिवाजी महाराजांची समजूत काढावी. या घटनेच्या दुसऱ्या दिवशी रामसिंहाने संभाजीला सोबत घेऊन दरबारात कट्यार तसेच एक मोत्याचा हार दिला, परंतु शिवाजी महाराज काही प्रसन्न झाले नाहीत.

बंदीवासाची शिक्षा

दरबारातील घटनेनंतर एक-दोन दिवसांपर्यंत सर्वांना अशा होती की शिवाजी महाराज ऐकतील आणि दरबारात येऊन आपल्या कृत्याबद्दल माफी मागतील. परंतु तसे काहीही झाले नाही. शेवटी औरंगजेबाने ठरविले की एक तर त्यांना कैद करण्यात यावे किंवा ठार तरी करण्यात यावे. मृत्यू-दंड देण्यापूर्वी त्यांनी जयसिंहाला हे विचारले की त्यांनी काय सांगून शिवाजी महाराजांना इथपर्यंत आणले होते. जयसिंह त्यावेळी दक्षिणेकडेच होता, त्याचं उत्तर मिळायला वेळ होता. शेवटी त्याचे उत्तर मिळेपर्यंत शिवाजी महाराजांना आग्रा किल्ल्याचे रक्षक रंदाज खानाच्या निवासस्थानी स्थानबद्ध (नजरकैद) ठेवण्याचा निर्णय घेतला. रंदाज खान एक धर्मांध मुसलमान होता. ही माहीती समजल्यावर रामसिंहाने मंत्री अमित खानाद्वारे सम्राटाला कळवले की, "माझ्या तसेच माझ्या वडिलाच्या शब्दावरून शिवाजी महाराज या ठिकाणी आले आहेत. त्यांच्या जीवाचे बरे वाईट झाले तर त्याची जबाबदारी माझ्यावर आहे. तात्पर्य शिवाजी महाराजांना काही होण्यापूर्वी आम्हाला ठार करण्यात यावे. त्यानंतर त्यांच्यासोबत पाहिजे तसा व्यवहार करावा." रामसिंहाच्या या ठाम मतावर औरंगजेबाने असे लिहून घेतले की शिवाजी महाराज पळून गेल्यास अथवा त्यांनी आत्महत्या केल्यास रामसिंह जबाबदार असेल. रामसिहंने तसे लिहून दिल्यानंतरही औरगंजेब निश्चिंत नव्हता. त्याच्या सांगण्यानुसार आगऱ्याचे कोतवाल सिदी फौलाद खानाने शिवाजी महाराजांच्या निवासस्थानी सेना सज्ज केली. सगळीकडे तोफा लावण्यात आल्या. निवासाच्या आतमध्ये देखील मोगल सैन्याच्या काही अधिकाऱ्याचा तसेच सैनिकांचा पहारा लावण्यात आला. दैवाची किती विडंबना आहे पहा की, स्वतंत्र साम्राज्याचे स्वप्न पहाणारा सह्याद्रीचा सूर्य राजा जयसिंहाच्या शब्दावर विश्वास ठेवून आगऱ्यात आला. परंतु अपमानीत करून त्यांना

नजरकैदेत ठेवले. स्वच्छंद विहार करणारा सिंह पिंजऱ्यात होता.

बंदी जीवन आणि सुटका

जस्‌जसा वेळ जात राहीला. शिवाजी महाराजांवर नजर ठेवणे कठीण झाले. शिवाजी महाराज नजर कैदेत होते, म्हणून त्यांना आग्रा या ठिकाणी येण्याबद्दल खेद होता आणि आपल्या विवशतेवर रडू येत होतं. तिकडे औरंगजेब देखील अडचणीत आला होता. दोघे पण त्रस्त होते की या परिस्थितीतून बाहेर कसे पडावे. औरंगजेबला शिवाजी महाराजांची हत्या करायची होती. परंतु हे काम त्यांना जरा वेगळ्या पद्धतीने करायचे होते, शिवाजी महाराजांना देखील हे चांगले माहीत होते की त्यांच्यासोबत काय होणार आहे? तरीपण जीवात जीव असेपर्यंत माणसाला आशा असते. शिवाजी महाराजांनी आपले मनोधैर्य खचू दिले नाही. त्यांना माहीत होते की मनोधैर्य गमावणे भ्याडपणा आहे. महान माणसे संकट काळात धैर्यानेच वागून बाहेर पडतात.

सम्राटाच्या दरबारात असा देखील कट शिजला की शिवाजी महाराजांना रामसिंहबरोबर काबुलला पाठविण्यात यावे, परंतु नंतर हा बेत रद्द करण्यात आला. शिवाजी महाराजांना वाटू लागले होते की त्यांची कधी पण हत्या होवू शकते. शेवटी त्यांनी दरबारातील काही लोकांना फितूर करण्याचा प्रयत्न केला. त्यासाठी त्यांनी काही रक्कम जफर खानाला दिली, तो दरबारात पंतप्रधान होता. इतर लोकांना थोड्याफार रक्कमा दिल्या. तसेच अनेक सरदारांना भेटी पाठविल्या. २० मे ला जफर खानाने शिवाजी महाराजांची मागणी सम्राटाच्या समोर ठेवली. त्यामुळे शिवाजी महाराजांची मृत्यू दंडाची शिक्षा मागे घेण्यात आली.

त्यानंतर शिवाजी महाराजांनी सम्राटाकडे एक पत्र पाठविले. ज्यात लिहिले होते, "सम्राट आम्हाला माघारी जाण्याची आज्ञा द्यावी, आपल्या प्रदेशात गेल्यावर आमच्या ताब्यातील इतर किल्ले देखील परत करील, मी अगदीच राजनिष्ठ आहे. यावेळी आपले विजापूरसोबत युद्ध चालले आहे. मी या युद्धात आपणास मदत करील. माझा मुलगा आपल्या सेवेत राहिल, माझे दक्षिणेकडे जाणे गरजेचे आहे, कारण माझे किल्लेदार केवळ माझ्या पत्रावरून माझी आज्ञा पाळणार नाहीत." या सर्व गोष्टीचा औरंगजेबवर काहीही परिणाम झाला नाही. त्यावर प्रतिक्रिया देताना ते म्हणाले, "माझ्याबरोबर शिवाजी महाराजांचे असे नम्र वागणे तसेच माझ्याकडून मी त्याला परत जायला परवानगी देईल ही त्याची अपेक्षा, असे वाटते की शिवाजीचे डोके फिरले आहे. त्याला परत जायला परवानगी नाही मिळणार, त्याला सांगा की त्याने कोणालाही भेटू नये."

त्यानंतर त्यांच्यावर कडक पहारा करण्यात आला. ८ जून ला शिवाजी महाराजांनी

औरंगजेबाला पुन्हा पत्र लिहिले-"आमची दुसरीकडे कुठे राहाण्याची व्यवस्था करावी. जिथे आम्हाला आरामात रहाता येईल. परंतु रामसिंहाच्या देखरेखीखाली ठेवू नका" त्याला उत्तर म्हणून सम्राटाने लिहिले, "रामसिंह आमचा सच्चा सेवक आहे. तुम्हाला त्याच्याच देखरेखीखाली रहावे लागेल. म्हणून त्याची माणसे देखील कोतवाली सैन्यासोबत तुमच्यावर पहारा देतील. आपण पळून गेलात किंवा आत्महत्या केली तर त्याची जबाबदारी रामसिंहावर असेल." हे उत्तर मिळाल्यावर शिवाजीने रामसिंहाला कळवले की त्याने सम्राटाला जो शब्द दिला आहे, तो परत घेण्यात यावा. सम्राटाला त्यांच्यासोबत (शिवाजी) जे काही करायचे असेल, ते करावे. औरंगजेबने जयसिंहाला पत्र लिहिले की शिवाजीचे काय करायचे आणि रामसिंहाने आपले शब्द परत घेतले. काही मार्ग दिसत नसल्याने शिवाजी महाराजांनी आपल्या सैनिकांना स्वतःजवळ ठेवणे व्यर्थ समजले. शेवटी ९ जुनला त्यांनी सम्राटाला परत जावू द्यावे आशी विनंती केली आणि आपल्या सेवकांना स्पष्ट सांगितले की, "तुम्ही परत जा, माझ्याजवळ कोणीही थांबू नका. सम्राट माझा शेवट करणार असतील तर करू द्या." फौलाद खानाद्वारे शिवाजी महाराजांच्या सैनिकांना परत पाठविण्याची विनंती सम्राटाने तात्काळ मान्य केली. कारण त्याची स्वतःचीच अशी इच्छा होती की आगऱ्यात शिवाजी महाराजांसोबत कमीत कमी माणसे असणेच चांगले राहील. शेवटी २५ जुलैच्या जवळपास शिवाजी महाराजांचे बरेचसे सेवक महाराष्ट्रात परतले.

त्यानंतर शिवाजी महाराजांनी सम्राटाकडे पुन्हा विनंती केली की त्यांना एखाद्या तीर्थ क्षेत्री पाठविण्यात यावे. जिथे ते एक सन्यासी म्हणून आपले जीवन घालवतील. त्यावर धूर्तपणे हसत औरंगजेब म्हणाला, "फारच छान, त्याला फकीर होवू द्या आणि सांगा की त्याने फकीर बनून अलाहाबादच्या किल्ल्यात रहावे. तिथे आमचा सुभेदार बहादुर खान त्याच्यावर चांगली नजर ठेवील"

शिवाजी महाराज आपल्या सुटकेसाठी पूर्णतः प्रयत्नशील होते. कदाचित आपल्या सेवकांना माघारी पाठविण्यामागे त्यांची हिच धारणा होती की, हळूहळू या ठिकाणची गर्दी कमी व्हावी. इतके दिवस आगऱ्यात राहून तसेच अनेक सरदार आणि दरबारी मंडळीवर खर्च करून त्यांच्याकडील धन खर्ची झाले होते. शेवटी १३ जुलैला त्यांनी रामसिंहाकडून सहासष्ट हजार रुपये उधार घेतले. ही रक्कम नंतर शिवाजीच्या प्रतिनिधीने परत केली.

वेळ निघून चालली होती आणि औरंगजेबावर दबाव वाढत चालला होता की, त्याने शिवाजी महाराजांना ठार करावे. एक बेगम आणि सम्राटाची मावशी शिवाजी महाराजांच्या एकदम विरोधात होती. सम्राटाची ही मावशी, जी जफर खानाची पत्नी

होती, तिचा बंधु शाईस्तेखानावर केलेल्या हल्ल्यामुळे शिवाजी महाराजांना सैतानापैक्षा कमी समजत नव्हती. एकदा शिवाजी महाराज जफर खानाला भेटायला त्याच्या महालात गेले, परंतु सदर महिलेने थोड्याच वेळात त्यांना परत पाठविले. शिवाजी महाराजांबद्दल तिचे असे मत होते की तो कधीही कोणावरही हल्ला करू शकतो.

या दरम्यान औरंगजेबाला जयसिंहाचे पत्र मिळाले, ज्यात त्यांनी आग्रहपूर्वक लिहिले होते की शिवाजीच्या विरोधात कसलीही कठोर कारवाई करण्यात येऊ नये. त्यांचा दक्षिणेत उपयोग करून घेतल्या जावू शकतो. सम्राटाला विनंती करण्यात आली होती की त्यांचा शब्द या जगात पवित्र शब्द आहे. शेवटी त्याने (जयसिंहाने) शिवाजी महाराजांना जे सुरक्षेचे वचन दिले आहे, त्याचा सन्मान राखल्या जावा. कारण ते वचन त्यांनी सम्राटाचा प्रतिनिधी म्हणून दिले होते. या वचनाची अवहेलना झाली तर त्यामुळे केवळ जयसिंहच नाही तर अनेक राजपुत राजे देखील सम्राटाच्या विरोधात जातील, हे पत्र मिळाल्यावर सम्राटाने शिवाजी महाराजांची हत्या हा विषय संपवला; परंतु तरीपण त्याला वाटत होते की शिवाजी महाराजांना मानसिकदृष्ट्या इतके छळण्यात यावे की त्याने स्वतःच आत्महत्या करावी. त्यासाठी सर्वप्रथम शिवाजी महाराजांना रामसिंहाच्या पहाऱ्यातून हटवावे लागेल. म्हणून एक कट करण्यात आला, सैनिकांनी अशी तक्रार केली की रामसिंह जवळ असल्याने शिवाजी महाराजांवर सक्त पहारा ठेवता येत नाही, म्हणून त्यांना फिदाई हुसैन यांच्या निवासस्थानी स्थलांतरीत करण्यात यावे, शिवाजी महाराज आपल्या या स्थलांतराचा अर्थ चांगलाच समजून होते.

नजर कैदेतून नाटयमय सुटका

असे दिसते की ज्या दिवशी शिवाजी महाराजांनी आपल्या सैनिकांना परत पाठवले, त्यापूर्वीच त्यांनी तेथून पळून जाण्याची योजना आखली असावी. शेवटी त्यांनी अशी अफवा सोडली की, ते जीवनाला कंटाळले असून निराश झाले आहेत. एके दिवशी ते आपला पुत्र संभाजी याला छातीशी धरुन रडू लागले. आगऱ्याला येणे ही आपली फार मोठी चूक होती असे ते वारंवार म्हणत. जे ऐकून असे वाटे की त्यांनी जगण्याची आशा सोडून दिली आहे आणि जर सम्राटाने त्यांना जीवनदान देवून मुक्त केले तर ते त्याची प्रत्येक आज्ञा पाळतील.

यावेळी त्यांच्याकडे त्यांचे दोनच सहकारी-फर्जंद आणि मदारी मेहतर राहिले होते. शिवाजी महाराज आजारी असल्याचे नाटक करून पलंगावर पडून राहिले. त्यांनी बाहेर पडणे पूर्णपणे बंद केले. आजारातून बाहेर पडण्यासाठी ब्राह्मण, साधू यांच्याकडे त्यांच्या वतीने पेटारे भरून फळ, मिठाई पाठविण्यात येवू लागली. प्रत्येक पेटाऱ्याला वेळूच्या

काठ्या खांद्यावर लटकवून दोन कहार सायंकाळी घेऊन जात. सुरूवातीला कोतवालाचे पहारेदार प्रत्येक पेटारा चांगल्या प्रकारे तपासून पहात असत, त्यांची ज्यावेळी खात्री पटली की त्यातून वास्तवात फळे आणि मिठाईच नेल्या जात आहे. नंतर त्यांनी पेटारे तपासणे बंद केले. शिवाजी महाराज याचीच वाट पहात होते, १८ किंवा १९ ऑगस्टच्या दिवशी त्यांनी पहारेदारांना निरोप पाठवला की त्यांचा आजार वाढला आहे, म्हणून त्यांना कोणी त्रास देवू नये. त्यांच्या जागी पलंगावर फर्जंद झोपी गेला, जो शहाजीचा दासी पुत्र होता. दिसायला तो हुबेहुब शिवाजीसारखा होता. त्याने आपले तोंड झाकून घेतले. तसेच हातात शिवाजीचे सोन्याचे कडे घातले. हात चादरीच्या बाहेर काढला होता. सायंकाळी शिवाजी आणि संभाजी वेगवेगळ्या दोन पे़टाऱ्यात झोपी गेले. त्यांच्यावर पाने-फुले-फळे आदी चांगल्या प्रकारे ठेवण्यात आले. कहारानी त्या उचलल्या आणि निघाले. त्यांच्या पुढे आणखी काही पेटारे कहारानी उचलले होते. पहारेदारांनी तपासनी न करताच कहारांना जावू दिले. कारण असे रोजच होत होते.

त्या दिवशी भाद्रपद महिन्यातील कृष्ण-द्वादशीची अंधारी रात्र होती. आग्रा शहराच्या बाहेर निर्जन ठिकाणी कहारांनी पे़टारे ठेवले आणि मजुरी तसेच बक्षीस घ्यायला निघून गेले. शिवाजी महाराज आणि संभाजी पेटाऱ्यातून बाहेर पडले. दोन मराठे सैनिक त्यांच्यासोबत होते. चार लोक रात्रीच तीन कोस पाई चालत एका लहानशा गावात आले. इथे त्यांनी दोघा-दोघांच्या दोन तुकड्या केल्या. इथे निराजी रावजी घोडे घेऊन त्यांची वाट पहात होते. बाल संभाजी, निराजी, दत्ताजी, त्र्यंबक आणि राघव मित्र या सर्वांना घेवून सन्याशाच्या वेषात शिवाजी महाराज मथुरेच्या दिशेने निघाले. उर्वरित व्यक्तीने सरळ महाराष्ट्राचा रस्ता धरला.

तिकडे शिवाजी महाराजांच्या निवासस्थानी (कैदखाना) पहारेकरी दूरवरूनच पाहून परत जात, त्यांना सांगण्यात आले होते की शिवाजी महाराज आजारी असल्याने त्यांना त्रास देण्यात येवू नये. ते पहात की शिवाजी महाराज तोंडावर शाल ओढून झोपी गेले आहेत. सेवक त्यांचे पाय दाबत आहे. हातातील सोन्याचे कडे विश्वास ठेवायला पुरेसे होते. म्हणून त्यांनी देखील जास्त जवळ जाणे ठिक नाही समजले, थोड्यावेळाने हिरोजी फर्जंद देखील अंथरूणावरून उठला. त्याने कपडे बदलले तसेच दुसऱ्या मराठा सेवकाला घेऊन ते पण औषध आणायला जात आहोत. शिवाजी महाराजांना तीव्र डोके दुखीचा त्रास आहे, म्हणून कोणीही आत जावू नये, शिवाजी महाराज पेटाऱ्यातून पळून गेल्याच्या दुसऱ्या दिवशी, ज्यावेळी हिरोजी देखील निघून गेला. त्यानंतर एक तासाने थोडी शंका आल्यासारखे झाले. त्यांना वाटले की आत कोणीही नाही. कारण त्या ठिकाणाहून कोणाच्या हिंडण्या-फिरण्याची किंवा कसलीच हालचाल जाणवत नव्हती. आणि या

दरम्यान कोणीही बाहेरचा व्यक्ती त्यांना भेटायला आला नव्हता. त्यांची शंका वाढली, धडधडत्या हृदयाने फौलाद खान स्वतः आत गेला. पहातो तर काय, शिवाजी महाराज आत नव्हते. सर्वांच्या हातावर तुरी देण्यात आल्या होत्या. सर्व कैदखाना धुंडाळला, परंतु तोपर्यंत पाखरू उडून गेलं होतं. हात चोळीत राहाण्यापलिकडे हातात काही राहिलं नव्हतं.

अंत्यत भयभीत होत फौलादखान औरंगजेबाकडे गेला, त्यांनी कळवले की, "जहां पनाह! शिवाजी पळाला, परंतु यात आमचा काहीही दोष नाही, तो कैदखान्यातच होता. आम्ही वेळोवेळी जावून त्याला पहात होतो. तरीपण तो पळून गेला. अल्लाहला माहीत की जमीनीतून गडप झाला की आकाशात गायब झाला किंवा पाई पळाला. काही माहीत नाही. आम्ही जवळच होतो. इतका पहारा असताना देखील पळाला. कसली जादू करून पसार झाला, माहीत नाही."

औरंगजेब असल्या निरर्थक गोष्टीवर कधीही विश्वास ठेवत नव्हता. त्याने तात्काळ अंत्यत तत्परतेने आपल्या समग्र सुभेदारांना आणि अधिकाऱ्यांना कठोर आदेश दिला की भगोड्या शिवाजीला तात्काळ पकडण्यात यावे. पकडो-पकडो असा आवाज करीत शोध पथक चोहीबाजूने धावाधाव करू लागले. सर्व घाट, चौक्या आदी ठिकाणी आदेश धाडण्यात आला की, दक्षिणेकडे जाणाऱ्या व्यक्तीची कसून चौकशी करण्यात यावी आणि पहावे की त्यात कोणी शिवाजी तर नाही. आदेश घेऊन निरोपे सगळीकडे धावले, दिंडी आणि पुलावरून जाणाऱ्यांना अडविण्यात आले. रामसिंहावर आरोप ठेवण्यात आला की त्याने शिवाजी महाराजांना पळून जाण्यास मदत केली, म्हणून त्यालाच शिवाजी महाराजांना पकडून आणण्याची आज्ञा देण्यात आली. रामसिंह शिवाजी महाराजांना पकडण्यासाठी धौलपुरच्या दिशेने निघाला.

त्र्यंबक सोनदेव डबीर, रघुनाथ बल्लाळ कोरडे आदी आगऱ्याच्या जवळपासच पकडण्यात आले. त्यांना मारून मारून हे कबूल करायला लावले की शिवाजी महाराजांना पळून जाण्यात रामसिंहाचा हात आहे. फौलादखानाने देखील तसा आरोप लावला. शेवटी चिडून औरंगजेबने त्याला काढून टाकले तसेच त्याचे दरबारात येणेही बंद केले. त्र्यंबक सोनदेव, रघुनाथ बल्लाळ कोरडे आदींचा अमानवी छळ करण्यात आला. (१६६७ ला त्यांना सोडून देण्यात आले, तोपर्यंत शिवाजी महाराजांना मायदेशी जावून पाच महिने झाले होते.) अनेक दिवस शिवाजी महाराजांच्या पलायनाबद्दल चौकशी होत राहिली. तेंव्हा कुठे समजले की ते पेटाऱ्यात बसून पळाले. त्यावेळी पहाऱ्यावर असणाऱ्यांना कठोर दंड देण्यात आला. शिवाजी महाराज हिरे, सोने, हात्ती, घोडे आदी जे काही सोडून गेले होते, सगळे जप्त करण्यात आले.

शिवाजी महाराजांनी आपले राजकवी परमानंदाला एक हत्ती, एक हत्तीन, एक घोडा, एक हजार रूपयें तसेच एक कपड्याचा जोड देवून निरोप दिला होता. त्यालाही पकडण्यात आले. राजा जयसिंहाने परमानंदाला पकडणाऱ्या अधिकाऱ्याला त्यांना सोडून द्यावे असा आदेश दिला होता, परंतु सदर अधिकाऱ्याने तसे सम्राटाला कळविले. त्यानंतर त्या कविसोबत काय केले याची माहिती इतिहासात सापडत नाही.

काही काळानंतर रामसिंहाला माफ करण्यात आले. परंतु त्याला सम्राटाचे ते प्रेम आणि विश्वास नाही मिळू शकला. त्याचे वडील जयसिंहाला देखील सम्राटाचा कोप सहन करावा लागला. जयसिंहाने रामसिंहाला पत्रात लिहिले होते की त्यानी शिवाजी महाराजांवर पहारेदारीचे काम करू नये. शिवाजी महाराजांच्या पळून जाण्यात औरंगजेबाने जयसिंहाचा हात असल्याचे समजले आणि मे च्या शेवटी सन १६६७ ला शहजादा मुअज्जमला दक्षिणेचा सुभेदार म्हणून नियुक्त करीत जयसिंहाला दरबारात हजर राहायला सांगण्यात आले. वृद्ध जयसिंह औरंगाबादवरून उत्तरेकडे निघाला. दुष्ट मालकाच्या सेवेचा हा परिणाम पहाता त्याला मार्मिक वेदना झाल्या असतील. त्यामुळेच कदाचित वाटेतच २५ मे १६६७ ला बुऱ्हाणपुरमध्ये त्यांना मृत्यू आला.

शिवाजी महाराजांच्या पलायनाला औरंगजेब आयुष्यभर विसरू शकला नाही. त्याला या गोष्टीचा नेहमीच पश्चाताप वाटत राहिला की त्याने शिवाजी महाराजांना तात्काळ का नाही ठार केले? आपल्या मृत्यूपत्रात (वसीयत) देखील त्याने लिहिले, "राज्यातील खऱ्या बातम्या मिळविण्यात उशीर झाला तर त्याचा भयंकर परिणाम होवू शकतो, ज्याचा आयुष्यभर पश्चाताप होवू शकतो. त्या दुष्ट शिवाजीला नजर कैदेत ठेवताना आम्ही पुरेशी खबरदारी घेतली नाही, म्हणून मला मरेपर्यंत भयंकर युद्धाला तोंड द्यावे लागले."

तिकडे शिवाजी महाराज सरळ महाराष्ट्रात न जाता मथुरेकडे गेले होते, त्यांना विश्वास होता की धौलपुरवरून जाणाऱ्या दक्षिण-पश्चिम मार्गावर शत्रुंचा कडक पहारा असेल, म्हणून ते प्रथम उत्तर तसेच नंतर पूर्वेकडे गेले. असे केल्याने ते पकडले जाण्याची भीती नव्हती. पलायनाच्या रात्री घोड्याला वेगाने पळवत ते तात्कळ मथुरेत पोहोचले, संभाजी अद्याप नऊ वर्षाचा होता. तो थकला होता, त्याला प्रवास करणे कठीण झाले होते आणि शिवाजी महाराजांचे मथुरेत थांबणे म्हणजे संकटाला निमंत्रण देणे होते, शिवाजी महाराजांच्या पेशव्याचे तीन मेहूणे मथुरेत रहात होते. कृष्णाजी, काशीजी आणि विशाजी. शेवटी निराजीने या तिन्ही मराठा ब्राह्मणांना बोलावून आपली अडचण त्यांच्यासमोर ठेवली. देश आणि धर्मासाठी काहीतरी करण्याची वेळ आली आहे असे सांगून तिन्ही बंधुनी संभाजीला स्वतःजवळ ठेवले. पकडले गेल्यास काय परिणाम होवू शकतो, याची कल्पना असतानाही त्याला ठेवून घेतले. एक बंधू शिवाजी महाराजांना

रस्ता दाखवत बराच दूरपर्यंत गेला.

मथुरेत शिवाजी महाराजांनी आपल्या दाढी-मिशा काढून टाकल्या. शरिराला भस्म लावले आणि सन्याशाच्या वेषात पुढे निघाले. निराजी चांगल्याप्रकारे हिंदी बोलत होता. म्हणून तो बनला साधू आणि सर्वांच्या पुढे चालू लागला. शिवाजी महाराज आणि इतर त्याचे शिष्य बनले. या दीर्घ प्रवासासाठी शिवाजी महाराजांनी धन-द्रव्याची व्यवस्था केली होती. सन्यांशाच्या हातातील छडीला आतून पोकळ करून त्यात मोहरा तसेच हीरे ठेवले होते. त्याचं तोंड चांगल्या तऱ्हने बंद करण्यात आले होते. जोडव्याच्या आत देखील काही रूपये लपवले होते. काही रत्न मेनात लपवून सेवकाच्या वस्रात ठेवण्यात आले तसेच काही रत्न तोडात पण ठेवले होते. यांचा प्रवास बहुधा रात्रीच व्हायचा आणि दिवसा एखाद्या वृक्षाखाली आराम करायचा. दररोज सन्याशी आपला वेष बदलत.

कोणी भेटल्यास साधु बनलेला निराजी त्यांच्या प्रश्नांची उत्तरे देत असे किंवा त्याला काही विचारत असे, प्रवासात शिवाजी महाराज गंगा-यमुना संगमावर थांबले आणि स्नान करून पुढे निघाले. प्रयागवरून निघाल्यानंतर ही तुकडी शेवटी गोदावरी काठी महाराष्ट्राच्या सीमेवर एका गावात आली. सायंकाळ झाली होती, काही दिवसापूर्वीच शिवाजी महाराजांचा एक सैनिक आनंदराव यानी या गावाला लुटले होते. सन्याशाने आश्रय मागितल्यावर पाटलीणबाई बोलली, “रिकामं आहे गाव, शिवाजीच्या सैनिकानी सर्व लुबाडून नेलं आहे. शिवाजी कैदेत आहे, बरे होईल तो तिकडेच सडून मेला तर” असे म्हणून शिवाजी महाराजांचे नाव घेऊन रडू लागली. शिवाजी महाराजांना हसायला पण येत होतं. त्यांनी निराजीला पाटलीणबाईचे नाव, गाव लिहून घ्यायला सांगितले. नंतर आपल्या राजधानीत गेल्यावर शिवाजी महाराजांनी तिला आपल्याकडे बोलावून घेतले तसेच तिच्या लुटलेल्या संपत्तीपेक्षा जास्त रक्कम देवून तिला निरोप देण्यात आला.

महाराष्ट्रात दाखल

आग्ऱ्यावरून निघाल्यानंतर पन्नासाव्या दिवशी १२ किंवा १३ सप्टेंबर १६६६ ला शिवाजी महाराजांची ही तुकडी आपली राजधानी राजगडावर दाखल झाली, किल्ल्याच्या मुख्य दरवाज्यात पोहचल्यावर माँसाहेब जिजाऊंना निरोप देण्यात आला की उत्तर भारतातून आलेल्या सन्याशांना त्यांना भेटायचे आहे. धार्मीक स्वभावाच्या जिजाबाई साधु-संताचा फार सन्मान करायच्या. त्या सन्याशाच्या दर्शनासाठी बाहेर आल्या. त्यांनी साधुला प्रणाम केला. साधु बनलेल्या निराजीने हात वर करून त्यांना आशीर्वादही दिला, परंतु तितक्यात शिष्य बनलेल्या शिवाजीने आपल्या आईच्या चरणी डोके ठेवले. एका सन्याशाच्या अशा वागण्याचे माँसाहेबांना मोठेच आश्चर्य वाटले. तितक्यात आपला

वेष काढून शिवाजी महाराज आपल्या आईच्या कुशीत शिरले. मुलाला असं आपल्या कवेत पाहून त्यांचे डोळे अश्रुने भरून आले. फारच मर्मस्पर्शी आणि भावनाप्रधान दृष्य होतं ते ! सगळीकडे आनंदाची लाट पसरली. आनंदाला काही सीमाच नाही राहिली. शिवाजी महाराज असे सुखरूप आल्याप्रित्यर्थ त्यांच्या सर्व किल्ल्यावरून तोफांची सलामी देवून सर्वांना ही बातमी कळवली. समग्र राज्यात उत्सव साजरा करण्यत आला. राज्यातील जनता या प्रसंगाने आनंदून गेली होती. सगळीकडून तोफांचा आवाज ऐकू येऊ लागला. शेवटी राजाज्ञा काढावी लागली की एखाद्या विशिष्ट प्रसंगी किती तोफांची सलामी द्यावी हे ठरविण्यात आले. राज्यभरातून शिवाजी महाराजांची सेवा करणाऱ्यांना सन्मानीत करण्यात आले.

आधीच उल्लेख आला आहे की बाल संभाजीला मथुरेत ठेवण्यात आले होते. त्यांच्या सुरक्षेसाठी एक अफवा पसरविण्यात आली होती की मार्गात संभाजीचा मृत्यू झाला. ही बातमी ऐकून मोगल सैनीक निष्क्रिय झाले होते. मग शिवाजी महाराजांनी मथुरेतील त्या तीन ब्राह्मणांना निरोप पाठविला की त्यांनी संभाजीला घेऊन सहपरिवार महाराष्ट्रात यावे. तीन बंधू संभाजीला घेऊन ब्राह्मणांच्या वेषात आपल्या परिवारासह निघाले. रस्त्यात एका ठिकाणी मोगलाच्या कर्मचाऱ्याला शंका आली. ब्राह्मणांनी संभाजीला आपलेच मूल असल्याचे सांगितले, परंतु त्याची शंका काही दूर झाली नव्हती. त्याने आपली शंका दूर करण्यासाठी ब्राह्मणांना त्याच्या (संभाजी) सोबत भोजन करायला सांगितले. आजपासून जवळ-जवळ तीनशे वर्षापूर्वी कट्टर ब्राह्मण कुटुंब एखाद्या दुसऱ्या जातीच्या व्यक्तीसोबत, ज्याला तो शूद्र समजत होते. त्याच्यासोबत भोजन करण्याची कल्पना देखील करू शकत नव्हता. ब्राह्मणासाठी मोठेच धर्मसंकट उभे राहिले होते. एकिकडी त्यांचा धर्म होता, दुसरीकडे देश आणि कर्तव्य होतं! दुसरी भावना विश्वास आणि त्याचे पालन करणे. शेवटी कर्तव्य जिंकलं. संकटकाळी जाती-धर्माच्या भावना शिथिल होतात. शास्त्रामधूनच ही प्रेरणा घेवून तिन्ही ब्राह्मणांनी संभाजी सोबत बसून भोजन केले. संभाजीचे प्राण वाचले, सर्व मंडळी सुखरूप शिवाजी महाराजांकडे पोहोचली.

नंतर या बंधुना शिवाजी महाराजांनी 'विश्वासराव' ही पदवी आणि एक लाख मोहराचे बक्षीस तसेच जगण्यासाठी पन्नास हजार रूपयाची वार्षीक जहागिर देण्यात आली.

शिवाजी महाराजांच्या अशा मुक्त होण्यामुळे प्रजा त्यांना एकप्रकारचा अलौकीक पुरूष समजू लागली. खरे सांगायचे तर शक्तीशाली मोगल साम्राज्याची सर्व साधने देखील त्यांचे काही करू शकले नाही. आता त्यांना त्याच मोगल साम्राज्याचा बदला घ्यायचा होता. परंतु पुरेशी खबरदारी बाळगून.

प्रकरण सहावे

योग क्षेम वहन

शिवाजी महाराजांनी स्वतःची सुखरूप सुटका करून घेतल्यांनतर जयसिंहासोबत झालेल्या कराराला आता काही अर्थ उरला नव्हता. आता त्यांच्यासमोर आपल्या गमावलेल्या प्रदेशांना परत मिळवणे आणि त्यांची सुरक्षा करणे, हे महत्त्वाचं होतं. झालेले नुकसान भरून काढायचे होते. परंतु त्यांचे सामर्थ्य पूर्वीपेक्षा कमी झाले होते. या सर्व गोष्टींचा विचार करता पुढील पाऊल विचारपूर्वक टाकावे लागणार होते. आपल्या राज्याची विस्कटलेली घडी सुव्यवस्थीत करण्यात शिवाजी महाराजांनी आपली राजकीय कुशलता दाखवली.

शक्ती एकवटली

आगऱ्यावरून महाराष्ट्रात दाखल होण्यास त्यांना पंचवीस दिवसाचा कठोर प्रवास करावा लागला आणि रस्त्यात भोजन आदीची देखील हेळसांड झाली. म्हणून राजगडावर पोहोचल्यावर शिवाजी महाराज गंभीर आजारी पडले. असे असले तरी त्यांच्या सैनिकांनी जानेवारी १६६७ पासून प्रदेशांना लुटणे सुरू केले होते, तरीपण त्यांनी मोगलाच्या विरोधात जाहीर युद्ध न करण्याचे धोरण अवलंबले.

शिवाजी महाराजांना तुर्तास मोगलाच्या विरोधात कसल्याही हालचाली करायच्या नव्हत्या. यावेळी ते कोकणात आपली सत्ता मजबूत करण्याच्या कामाला लागले. सोबतच त्यांनी जयसिंहासोबत झालेला करार देखील पाळला. कराराप्रमाणे ते मोगल सम्राटाच्या वर्चस्वाखाली राहिले. त्यांनी या संदर्भात यशवंत सिंहाला पत्र लिहून कळवले की ते (शिवाजी) केवळ आपला जीव वाचविण्यासाठी आगऱ्याहून पळाले होते. परंतु मोगल सम्राटाच्या बाबतीत ते आजही तितकेच स्वामीनिष्ट आहेत, "सम्राटाने माझा त्याग केला. नाही तर माझी इच्छा होती की, त्यांच्या आज्ञेवरून कंधारचा किल्ला जिंकून त्यांना देण्याची. मी केवळ आपला जीव वाचविण्यासाठी आगऱ्यातून पळून आलो. मिर्जा राजे ज़यसिंह माझे हितचिंतक होते. ते आता आपल्यात नाहीत. आपण

मध्यस्थी करून मला सम्राटाकडून माफ करण्यात आले तर, मी माझ्या मुलाला सम्राटाच्या सेवेत पाठवून देईल आणि स्वतः सैन्यासहित वेळ पडेल त्या ठिकाणी मदतीला धावून येईल."

त्याकाळात मोगल सम्राटाचा पुत्र मुअज्जम दक्षिणेचा सुभेदार बनला होता. जयसिंहाला परत येण्याची आज्ञा मिळाली होती, तसेच त्यांच्या जागी राजा यशवंतसिंहाला पाठविण्यात आले होते. राजपुत्र मुअज्जम आणि यशवंतसिंह दोघांनी या प्रस्तवाचे समर्थन केले आणि सम्राटाला तसे कळवले. सम्राट औरंगजेबाने शिवाजी महाराजांचा हा प्रस्ताव स्वीकारला आणि त्यांना राजा ही पदवी बहाल केली. ४ नोव्हेंबरला शिवाजी महाराजांनी संभाजीला मुअज्जम यांच्याकडे औरंगाबादेत पाठविले. जो काही दिवसानंतर परत आला. शिवाजी महाराजांचे एक दल नवे सेनापती प्रतापराव तसेच निराजी यांच्या नियंत्रणाखाली मुअज्जमसाठी काम करू लागले. संभाजीला मोगल साम्राज्याकडून पाच हजार मनसबदारी इतकी जहागीर वऱ्हाडमध्ये देण्यात आली.

खरे सांगायचे तर पुरंदर कराराचे पालन करणे शिवाजी महाराजांना सुरक्षेसाठी हिताचे ठरले आणि तसे केल्याने त्यांचे व्यवहारिकदृष्ट्या काही नुकसान देखील झाले नाही. ते केवळ अनौपचारीकरित्या मोगल साम्राज्याला बांधील होते. विजापुरसोबत त्यांनी सबंध सुधारून घेतले. आणि गोवळकोंड्यासोबत त्यांचे वर्तन एक स्वतंत्र शासक म्हणून कायम राहिले. गोवळकोंडा तसेच विजापूरच्या वतीने कर वसुलीचा अधिकार त्यांना पुरंदर कराराने मिळालेला होता आणि मुअज्जम कडून देखील त्याला मंजुरी देण्यात आली. हे राज्य मराठ्यांच्या आक्रमणापासून वाचवण्यासाठी नियमीतपणे दरवर्षी एक विशिष्ठ रक्कम (गोंवळकोंडा पाच लाख तसेच विजापूर तीन लाख रूपये) त्यांना देत होते. तात्पर्य म्हणजे व्यवहारीक अर्थाने ह्या दोन सत्ता शिवाजी महाराजांच्या वर्चस्वाखाली होत्या.

अशाप्रकारे १६६७ पासून १६६९ पर्यंत शिवाजी महाराजांनी मोगलाच्या नियंत्रणाखाली राहून काळाचा फायदा घेतला. या दरम्यान त्यांनी मोगलांच्या विरोधात कसलीही हालचाल केली नाही, जी काळाची मागणी होती.

मोगलाच्या विरोधात मोहिमेला सुरूवात

१६७० च्या सुरूवातीला मोगलांच्या विरोधात पुन्हा जाहीरपणे युद्ध करण्याचा शंखनाद फुंकला. राजकारणात कोणी कोणाचा कायमचा शत्रू अथवा मित्र असत नाही. म्हणून आगऱ्याहून सुखरूप परतल्यावर तीन वर्ष शिवाजी महाराजांनी फक्त आपल्या शक्ती सामर्थ्यवर भर दिला. मोगलाच्या वर्चस्वाखली असल्याचे दाखवून काम केले.

ज्यादिवशी त्यांना असे वाटले की आता हे सगळं करण्याची गरज नाही. तर त्यांनी त्यांच्या विरोधात युद्ध करायला सुरूवात केली. त्यांना त्यांच्या विरोधात युद्ध करण्यासाठी योग्य अशी कारणे देखील मिळाली. ते कोणतं कारण होतं, या संदर्भात इतिहासकारात मतभेद आहेत. तरीपण असे म्हणतात की दक्षिणेचा सुभेदार मुअज्जम आपल्या सेनापतीची घृणा करीत असे आणि राजा यशवंतसिंह त्याच्या खास आतील गोटातले व्यक्ती होते तसेच मार्गदर्शक होते. इकडे शिवाजी महाराज मुअज्जमच्या जास्त जवळ जात असल्याचे पाहून दिलेर खानाला ते सहन झाले नाही. म्हणून त्याने औरंगजेबाकडे चुगली केली की राजकुमार मुअज्जम मराठ्याना मिळाले असून ते स्वतःला सम्राट म्हणून घोषित करण्याचे कारस्थान रचत आहेत. असे समजल्यावर औरंगजेबाने मुअज्जमला आदेश दिला की त्यांनी शिवाजी महाराजांचा पुत्र संभाजी तसेच त्यांचे सेनापती यांना कैद करून घेवून यावे. परंतु मुअज्जमने असे नाही केले आणि त्यांना सचेत केले की त्यांनी पळून जावे. शेवटी ते रात्रीच औरंगाबादेतून पळून गेले.

दुसरे कारण हे पण सांगण्यात येते की, पुरंदरच्या करारानंतर सम्राटाने शिवाजी महाराजांना आग्रा येथे येण्यासाठी एक लाख रूपये दिले होते आणि नंतर संभाजीला वऱ्हाडची जागीर दिली होती. शिवाजी महाराजांना दिलेल्या एक लाखाच्या बदल्यात औरंगजेबने संभाजीला दिलेली जहागीर माघारी घेतली. त्यामुळे शिवाजी महाराजांना हे अपमानजनक वाटले. दुसरे आणखी एक कारण होते, ते म्हणजे औरंगजेबाचे हिंदू विरोधी असणे, त्याने ९ एप्रिल १६६९ ला एक आदेश काढला, “हिंदूचे समस्त विद्यालय तसेच मंदीर पाडण्यात यावे आणि त्यांच्या धार्मीक शिक्षणावर तसेच प्रथेवर दबाव आणण्यात यावा. त्याने आपल्या सर्व प्रदेशात हिंदूचे दमन करण्यासाठी एक वेगळा विभाग स्थापन केला. या विभागाकडून वेळोवेळी स्पष्टीकरण मागण्यात येत होते की हिंदूचे मंदीरे, विद्यालय भुईसपाट करणे, त्यांच्यावर जिझिया कर लावणे, त्यांना राजकीय सोयीपासून वंचित ठेवणे तसेच त्यांचा सण-उत्सव आदी रोखण्यात यश मिळाले किंवा नाही? औरंगजेबाच्या मनात एका विकृत मानसिकतेने घर केले होते की अल्लाहने त्याला यासाठी सम्राट केले होते की त्याने इतर धर्माला नष्ट करावं तसेच आपल्या धर्माचा प्रचार-प्रसार करावा. शाहजहांच्या मृत्यूनंतर ज्यावेळी त्याला ह्याची खात्री पटली की आपले साम्राज्य आता निर्विघ्न झाले आहे, त्यावेळी त्याचा कट्टर स्वभाव दिसू लागला. त्यांने हिंदूचे जोराने दमन करणे सुरू केले, सर्वप्रथम ४ डिसेंबर १६६९ ला त्याच्या सांगण्यावरून काशीचे इतिहास प्रसिद्ध विश्वनाथ मंदीर तोडण्यात आले. मथुरेतील केशवराव मंदीरासोबतही तेच घडले. मथुरेतील कृष्णपुजेचा त्याला प्रचंड तिरस्कार होता. त्याने मथुरेचे नाव बदलून इस्लामाबाद ठेवले. उज्जैन तसेच अहमदाबादेतही

असेच घडले. हिंदूच्या होळी आणि दिवाळीवर कठोर बंधने लादण्यात आली. राजस्थानचे शहर आमेरच्या मंदीराला १६८० मध्ये भूइसपाट करण्यात आले, जो या धोरणाचा भाग होता. औरंगजेब सुरुवातीपासूनच हिंदू विरोधी होता. ज्यावेळी प्रथम तो दक्षिणेचा सुभेदार बनला होता, तर त्याने १६४४ मध्ये अहमदबादच्या प्रसिद्ध चिंतामणी मंदीरात गायीला कापून तिथे मस्जिद बांधली होती.

काशी विश्वनाथाच्या मंदीरला भूइसपाट करून तिथे मस्जिद बांधल्याच्या बातमीने संपूर्ण देशातील हिंदूची मने हेलावली होती. त्यामुळे देशात एक प्रकारची दहशत पसरली होती. शेवटी हिंदू धर्माचे रक्षण करण्यासाठी शिवाजी महाराज या अन्यायाच्या विरोधात मोगलासोबत युद्ध करायला तयार झाले.

खरे कारण तर हे होते की, या तीन वर्षात शिवाजी महाराज आपली शक्ती वाढविण्यात व्यस्त होते. आता त्यांना आपल्या सामर्थ्यावर विश्वास आला होता की ते मोगलासोबत दोन हात करू शकतात. १६७० च्या सुरूवातीला त्यांनी वह्रडला लुटून युद्धाला सुरूवात केली. त्यानंतर औसा प्रातांत अनेक प्रदेशांना लुटले. आता त्यांना मोगलाकडून आपले किल्ले परत घ्यायचे होते.

सिंहगड पुन्हा मिळवला

पुरंदर करारानुसार मराठ्यांनी ज्या किल्ल्यांना मोगलाकडे सोपवले होते, त्यात सिंहगड अति महत्त्वाचा होता. पश्चिम प्रदेशावर नियंत्रण मिळविण्यासाठी हा किल्ला ताब्यात घेणे गरजेचे झाले होते. जून १६६५ मध्ये हा किल्ला शिवाजी महाराजांनी स्वतः किरतसिंहाकडे सोपवला होता. त्यावेळी या किल्ल्यात मोगलाचा एक विश्वासपात्र व्यक्ती उदयभान राठोड किल्लेदार म्हणून नियुक्तीवर होता. किल्ला नैसर्गिकदृष्ट्या देखील सुरक्षित होता आणि सुरक्षेसाठी मोगलांनी देखील सुंदर व्यवस्था केली होती, खरे सांगायचे तर ज्याची या किल्ल्यावर सत्ता असे, त्यालाच पुण्यावर सत्ता गाजवता येवू शकत होती. शिवाजी महाराज स्वतः या किल्ल्याचे महत्त्व समजून होते. परंतु मॉसाहेबांची तीव्र इच्छा होती की हा किल्ला लवकरच आपल्या ताब्यात असायला हवा. असे म्हणतात की माँसाहेब काशी विश्वनाथचे मंदीर भुईसपाट केल्याने अस्वस्थ झाल्या होत्या. त्यांच्या लक्षात आले की हा किल्ला जिंकून घेण्यासाठी कठीण असल्याने शिवाजी महाराज मागे-पुढे पहात आहे. शवेटी त्यांनी शिवाजी महाराजांना सोगट्या खेळायला बोलावले आणि त्यांच्यासमोर अट ठेवली की ते जर पराभूत झाले तर त्यांनी सिंहगड जिंकून द्यावा. ते जर तसे करू शकले नाही तर त्या शिवाजी महाराजांच्या राज्याला अभिशाप देतील. शिवाजी महाराजांसाठी माँसाहेबांची आज्ञा टाळणे अशक्य

होते. खेळात माँसाहेब जिंकल्या. शवेटी सिंहगड ताब्यात घेण्याचा अर्थ होता, आपल्या काही शुर सैनिकांना कामी आणणे. ४ फेब्रुवारी १६७० ला मध्यरात्री चंद्रोदय झाल्यावर शूर तानाजी मालुसरे तीनशे निवडक मावळ्यांना घेवून सिंहगडावर चालून गेले. हा गड अशा ठिकाणी आहे, जेंथून त्याच्यावर हल्ला चढविण्यासाठी कुठेही तोफा डागता येत नाहीत. त्याच्या चोही बाजुंनी खोल खंदक आहे. त्यावर जाण्यासाठी फक्त एक निमुळता रस्ता मुख्यद्वारापर्यंत आहे. तिथे जावून काही सैनिक सुर्याजीच्या नेतृत्वाखली मुख्यद्वाराजवळ लपून बसले. तानाजी काही सहकारी घेऊन किल्ल्याच्या दरवाज्यावर चढले. समोरील पहारेकऱ्यांना ठार करून त्यांनी आतील दरवाजा उघडला. दरवाज्याजवळ लपून असलेले सैनिक आत घुसले. तितक्यात किल्ल्यातील सैनिक जागी झाले. त्यांनी धोक्याच्या घंटा वाजवली, मराठे कत्तली करू लागले. अफीमच्या नशेने धुंद असणाऱ्या राजपुतांना जागी व्हायला उशीर लागला. तोपर्यंत किल्ल्याच्या एका भागावर ताबा मिळवला. जसेही राजपुत सैनिक समोर आले, 'हर हर महादेव' म्हणूत मराठे त्यांच्यावर तुटून पडले. उदयभान राठोड तसेच तानाजी मालुसरे यांच्यात तलवारीने घनघोर युद्ध झाले. क्षणार्धात दोन्ही वीर कामी आले. सेनापती मारल्या गेल्याने मराठे निराश झाले नाहीत. तानाजीचे बंधू सूर्याजी यांनी धीर देत सैनिकांना म्हटले,"सैनिकांनो ! बंधु मारल्या गेले असले तरी तुम्ही घाबरून जावू नका, यावेळी तुम्ही मला तुमचा सेनापती समजा." हे शब्द ऐकून मराठे दुप्पट उत्साहाने लढू लागले. किमान बाराशे राजपुत सैनिकांना वीरगती प्राप्त झाली. मराठे जिंकले. त्यांनी राजगडावरील आपल्या राजाला बातमी कळविण्यासाठी घोड्याच्या तबेल्यात ठेवलेल्या पेंढीच्या गंजीला आग लावली. अग्नीज्वाला पाहून शिवाजीला विजय मिळाल्याचे समजले.

दुसऱ्या दिवशी सकाळी मालुसरे यांचे पार्थिव राजगड किल्ल्यावर माँसाहेब तसेच शिवाजी महाराजांसमोर आणण्यात आले. तानाजी सारख्या शूर सहकाऱ्यांना स्वराज्याच्या कामी आलेलं पाहून शिवाजी महाराज उद्‌गारले, "गड आला, पण सिंह गेला!" तानाजीच्या या बलिदानाचा मराठ्यांना आजही अभिमान आहे. तानाजीच्या मृत्यूनंतर माँसाहेबांनी तुलसीदास चारण यांना बोलावून त्यांच्यावर काव्य करायला सांगितले. त्यांनी तानाजीच्या शौर्याचे आणि आत्मबलिदानाचे वर्णन केले.

इतर किल्ल्यावर हल्ला

सिंहगड अंत्यत महत्त्वाचा होता तसेच त्यावर ताबा मिळवणे देखील कठीण काम होतं. तानाजीचे बलिदान देवून तो मिळवला होता. इतर किल्ल्यांना ताब्यात घेणे तितके कठीण नव्हते आणि हळू-हळू आपल्या सर्व किल्ल्यांनाच शिवाजी महाराजांनी मोगलाच्या

जोखडातून मुक्त केले. त्यापैकीच एक असणाऱ्या पुरंदरला ताब्यात घेण्यासाठी ८ मार्च १६७० ला सैन्य पाठविण्यात आले. सैन्याने किल्लेदार राजीउद्दीन खानाला कैद करून किल्ला ताब्यात घेतला. हा किल्ला ताब्यात घेण्याच्या काळातच शिवाजी महाराजांच्या काही सैनिकांनी नाशिकच्या चांदवडवर हल्ला केला होता. तसेच शाही कोष लुटला होता. माहुली किल्ल्यावर हल्ला करण्यात आला. किल्लेदार मनोहरदास सम्राटाचा परम भक्त होता, त्याने मराठी सैनिकांचा शौर्याने सामना केला, म्हणून यावेळी मराठ्यांना हात चोळीत परत यावे लागले. सैनिकानी किल्ला ताब्यात घेण्याचा विचार सोडून दिला. मनोहरदासला कल्याणचा सुभेदार उजबेग खान यांच्याकडून मदत होती. ३ मार्च १६७० ला मराठ्याने कल्याणवर आक्रमण केले. तेथिल मोगल सुभेदार उजबेग खान मारल्या गेला. तात्पर्यः माहुली किल्ला मराठ्यांच्या स्वाधीन केला. अशा प्रकारे उत्तर कोकण पुन्हा शिवाजी महाराजांच्या वर्चस्वाखाली आले. शिवाजी महाराजांनी त्या सगळी मोगली खुणा नष्ट केल्या ज्या १६६५ च्या पुरंदर करारानंतर मोगल सत्ता असल्याचे दर्शवत होत्या. जुन्नर, परंडा, अहमदनगर आदीवर एप्रिल १६७० च्या शेवटी मराठ्यांनी हल्ले केले. तसेच त्यांच्यावर जबरदस्त कर लावला, हे सगळे मोगलाच्या ताब्यात असणारे विस्तृत प्रदेश होते, त्याविरोधात मोगल काही करू शकले नाही.

सुरतेची दुसरी लूट

औरंगजबाला पुन्हा आव्हान देण्यासाठी शिवाजी महाराजांनी पुन्हा एकदा सुरतेची लूट करण्याची योजना आखली. त्यांना माहीत झाले की सुरतच्या मोगल सुभेदाराचा देहांत झाला आहे आणि तेथिल सुरक्षा पहाण्यासाठी कोणी खास सैनिक पण नव्हते. ३ ऑक्टोबर १६७० ला आपल्या निवडक १५ हजार घोडदळाला घेवून सुरतेत पोहोचले. त्यांच्या आक्रमणाची माहिती तिथे आधीच पोहोचली होती म्हणून भारतीय व्यापारी तसेच राजकीय कर्मचारी आधीच सुरत सोडून पळाले होते. सन १६६४ मध्ये पहिल्या लुटीनंतर तिथे नगराच्या चोहीकडून एक भिंत उभारली होती. परंतु ती इतकी कमकुवत होती की तिचा आश्रय घेवून कोणी मोगल सैनिक उभा पण राहू शकत नव्हता. शहराच्या सुरक्षेसाठी तीनशे अपात्र सैनिक देखील ठेवण्यात आले. मराठा सैनिकांना पाहून हे सगळे पळून गेले आणि किल्ल्यात लपून बसले.

दोन-तीन दिवस मराठ्यांने हे शहर भरपूर लुटून नेले. जवळ-जवळ अर्धे शहर जळून खाक झाले. डच व्यापाऱ्यांना सूचना दिली की त्यांनी शांत रहावे, सर्व युरोपीयन व्यापाऱ्यांनी आपले रूपये, पैसा, बहुमुल्य सामान, सगळं काही आधीच बंदरावर पाठवून दिले होते. फ्रेंच व्यापाऱ्यांनी मराठ्यांना बहुमुल्य बक्षीस देवून प्रसन्न केले.

इंग्रजांची कोठी लुटण्याचा देखील प्रयत्न केला, पण इंग्रज व्यापाऱ्यांनी मराठ्यांचा सामना केला. परिणामी मराठे त्यांना लुटू शकले नाहीत. फ्रेंच कोठीच्या समोर एक तातार धर्मशाळा होती, जिथे काशगरचा निर्वासीत सुल्तान अब्दुला खान थांबला होता, जो मक्केवरून आला होता. जवळून वृक्षाच्या आडून मराठे त्या धर्मशाळेवर गोळीबार करू लागले. परिणामी अचानक झालेल्या हल्ल्याने घाबरून सर्व प्रवाशी धावपळ करू लागले, इथे मराठ्यांना सुल्तानाची सर्व संपत्ती, त्याला औरंगजेबाकडून मिळालेला सोन्याचा पलंग तसेच इतर बहुमुल्य सामग्री प्राप्त झाली.

इंग्रजांनी कोठीवर गोळीबार करणे सुरू केल्यावर काही मराठा सैनीक मारल्या गेले. शवेटी मराठ्यांनी कोठी जाळून टाकू अशी धमकी दिली. त्यानंतर काही इंग्रज व्यापारी शहराच्या बाहेर शिवाजी महाराजांच्या छावणीत अनेक प्रकारच्या भेटवस्तू घेऊन आले. त्यामुळे शिवाजी महाराज त्यांच्यावर प्रसन्न झाले तसेच त्यांचे नुकसान होणार नाही याची त्यांना हमी दिली.

तिसऱ्या दिवशी बातमी मिळाली की सुरतच्या मदतीसाठी बऱ्हाणपुरवरून एक विशाल सेना येऊ लागली आहे. जवळ-जवळ सहासष्ट लाख रूपायाची लूट करून मराठा सेना सुरतेवरून चालती झाली. जाता-जाता शिवाजी महाराज सुरतच्या मोठ-मोठ्या व्यापाऱ्यांच्या नावाने पत्र लिहून गेले की त्यांना दरवर्षी सुरतच्या व्यापाऱ्याकडून बारा लाख रूपये मिळायला हवेत. नाहीतर पुढील वर्षी उर्वरित सुरत सुद्धा जाळून भस्म करण्यात येईल.

सुरतेची दोन वेळा लूट झाल्याने सुरतकर भयभीत झाले. दिवसेंदिवस शहरात मराठे आल्याच्या अफवा पसरल्या जावू लागल्या. लोक सुरत सोडून पळ काढू लागले. पहाता-पहाता हे समृद्ध बंदर उजाड झालं.

दिंडोरीचे युद्ध

सुरतेची लूट करून परत येताना शिवाजी महाराज चांदवाडा येथे पोहोचले, तेव्हा त्या ठिकाणी मोगल सेनापती दाऊद खान कुरेशी विशाल सेना घेवून त्यांचा सामना करायला उभा होता. त्याच्यासोबत इखलास खान देखील होता. १६ ऑक्टोबरच्या रात्री त्यांनी मराठा सैन्यावर आक्रमण केले. एका तुकडीने लुटलेले धन गुप्त मार्गाने पसार केले. उर्वरित मराठ्यांच्या चार तुकड्या मोगल सैन्याचा सामना करू लागल्या. मराठे गनिमी कावा पद्धतीने लढत होते. कधी त्यांचे सैनिक घोडस्वार त्यांच्या सैन्याना पिटाळून लावत. दिंडोरी या ठिकाणी भीषण युद्ध संग्राम झाला. युद्धात मराठे उजवे ठरले. परंतु मोगलाकडे असलेल्या तोफांमुळे मराठ्यांना जास्तीची चढाई करता आली नाही. मराठ्याने मोगलांचे काही सैनिक तसेच अधिकाऱ्यासहित चार हजार घोडे

पकडले. कैद केलेल्यांना नंतर सोडून देण्यात आले. या युद्धाचे एक वैशिट्ये असे पण ठरले की दिंडोरीचा मोगल सुभेदार शिवाजी महाराजांच्या सेवेत आला. त्यानंतर एक महिन्यापर्यंत मराठे आणि मोगल यांच्यात युद्ध झाले नाही.

बगलाना आणि वऱ्हाडची लूट

डिसेंबर १६७० च्या सुरूवातीला शिवाजीने वऱ्हाड, बगलाना तसेच खानदेशावर आक्रमण केले. काही किल्ले पण त्यांनी ताब्यात घेतले. खानदेशाची राजधानी बऱ्हाणपुरची सर्व गावे लुटण्यात आली. हे कार्य त्यांचे सेनापती प्रतापराव गुजरांच्या नेतृत्त्वाखाली झाले. त्यानंतर मराठ्यांनी इतक्या दूरपर्यंत आक्रमण केले नव्हते. तिथे कोणीही त्यांना विरोध केला नव्हता. कारंजा नावाच्या शहराला मनसोक्तपणे लुटण्यात आले. लुटीत त्यांना किमान एक करोड इतकी संपत्ती हाती लागली, जी चार हजार बैल तसेच गाढवं यांच्यावर टाकून आणण्यात आली. सर्व मोठे-मोठे धनवान कैद करण्यात आले. परंतु कारंजामधील सर्वात धनाढ्य व्यक्ती स्त्रीच्या वेषात पळून गेला. कारण त्याला माहीत होतं की शिवाजी महाराजांच्या आज्ञेवरून मराठा सैनिक स्त्रीयांना हात पण लावत नाहीत. त्यानंतर इतर शहरांना देखील लुटण्यात आले. शिवाजी महाराज मोगलाच्या ज्या प्रदेशात गेले तिथे त्यांनी कर लावला. असे करून शिवाजीं महाराजांना हे सिद्ध करायचे होते की, महाराष्ट्रातील भूमिवर त्यांचाच अधिकार आहे, मोगलाचा नाही. शेवटी या भागातील लोकांनी स्वतःची लुटीपासून सुटका करून घेण्यासाठी राजकोषातील एक चतुर्थांस भाग दरवर्षी शिवाजी महाराजांना देण्याचे वचन देणारे पत्र लिहिले.

ज्यावेळी शिवाजी महाराज वऱ्हाडमध्ये गेले. त्याचवेळी पेशवा मोरे त्र्यंबकच्या नेतृत्त्वाखाली मराठ्यांची एक तुकडी पश्चिम खानदेशाला लुटत होती. शेवटी वऱ्हाडच्या लुटीनंतर शिवाजी महाराज देखील तिकडे गेले. मग दोघांनी मिळून ५ जानेवारी १६७१ ला माल्हेर किल्ला जिंकून घेतला. त्यानंतर मुल्हूर, घोडप आदी छोटे-छोटे पहाडी किल्ले जिंकून खूप सारे इतर गावे देखील जिंकून घेतले.

छत्रसालाची भेट

छत्रसाल बुंदेलाचे प्रसिद्ध वीर चंपतरायचे पुत्र होते. चंपतरायाच्या मृत्यू नंतर ते मोगल साम्राज्याचे एक सामान्य वतनदार होते. ज्यावेळी शिवाजी महाराजांनी पुन्हा मोगलाच्या विरूद्ध युद्धाला सुरूवात केली. तेव्हा तो दक्षिणेकडील मोगल सैन्यात होता. डिसेंबर १६७० ला एक दिवशी तो अचानक शिवाजी महाराजांकडे आला. त्यांनी शिवाजी महाराजांचा सेनापती म्हणून औरंगजेबाविरोधत लढण्याची इच्छा व्यक्त केली.

सर यदुनाथ सरकारच्या मते, शिवाजी महाराजांचा केवळ दक्षिण भारतीयांवरच विश्वास होता. कोणत्याही उत्तर भारतीयांवर त्यांचा विश्वास नव्हता आणि ते कोणाला ते पद देखील देवू शकत नव्हते. म्हणून शिवाजी महाराजांनी त्याला पुढील प्रकारे उत्तर दिलं, "वीरवर ! जा आपल्या प्रदेशावर अधिकार प्रस्थापित करून त्यालाच आपले राज्य बनवा आणि शत्रुला जिंकून घ्या. तुम्ही तिकडेच जावून युद्ध करायला हवे कारण तुम्हाला तुमच्या कुळाच्या नावावर तिकडेच मदत मिळू शकेल. मोगलांनी तुमच्यावर आक्रमण केले तर, इकडून आम्ही मोगलावर आक्रमण करू. अशा पद्धतीने दोन्ही शत्रुच्या आक्रमणापुढे मोगलांचे काही चालणार नाही."

अशा प्रकारच्या प्रतिसादाची छत्रसालाला अशा नव्हती, शेवटी तो नाराज होवून परत गेला.

साल्हेरची घटना

५ जानेवारी १६७१ ला शिवाजी महाराजांनी साल्हेर किल्ल्यावर अधिकार मिळवला होता. शिवाजीं महाराजांचा साम्राज्यविस्तार दिवसेंदिवस होत होता. औरंगजेबासमोर शिवाजी महाराजांनी एक मोठेच आव्हान उभे केले होते. त्यानी शिवाजी महाराजांच्या वाढत्या वर्चस्वाला आळा घालण्यासाठी दक्षिणेकडील धोरणात अनेकदा बदल केला. नोव्हेंबर १६७० मध्ये त्यांनी अंत्यत अनुभवी व्यक्ती महावत खानाला दक्षिणेचा मुख्य अधिकारी म्हणून पाठवले. त्याच्या मदतीसाठी गुजरातच्या लायक सेनापतीला बहादुर खानाला पाठविण्यात आले. दाऊद खान आणि दिलेर खान पहिल्यापासूनच तिथे होते. जानेवारी १६७१ मध्ये महावत खान, यशवंत सिंह, दाऊद खान आदी अधिकारी औरंगाबादेत एकत्र जमले. त्यांनी राजकुमार 'मुअज्जम' ची भेट घेतली तसेच शिवाजी महाराजांचा सामना करण्यासाठी काय करायचे याच्यावर चिंतन केले. पाऊसाळ्यात मोगल सैन्याने पारनेर येथे छावणी उभारल्या. त्यावेळी मोगल सैन्याचा व्यवहार पाहून असे वाटत होते की ते बेशिस्त झाले आहेत. मोठ-मोठे अधिकारी नाच-गाण्यात, ऐष आरामात आकंठ बुडाले होते. दुसरीकडे सामान्य सैनीक महामारीने मरू लागले होते. ही माहिती औरंगजेबाला देखील मिळाली होती. त्याला निरोप मिळाला की महावतखान आणि शिवाजी महाराज यांच्यात गुप्त खलबते चालू आहेत. महावत खानाला दक्षिणेवरून बोलावण्यात आले. महावत खानाच्या काळापासूनच मोगलांनी साल्हेर किल्ल्याला वेढा घातला होता. आता मोगल सैन्याची जबाबदारी बहादुर खान आणि दिलेर खान यांच्यावर होती. साल्हेर किल्ल्याचा वेढा, याचे नेतृत्व इखनास खान यांच्याकडे होते. बहादुर खान तसेच दाऊद खान किल्ल्यात मराठा सैनिकांनी प्रवेश करु नये म्हणून

एकजूट झाले होते. बहादुर खान सुप्याकडे निघून गेला तसेच दिलेर खान डिसेंबर १६७१ मध्ये पुण्यात दाखल झाला. त्याने पुण्यात वर्षाच्या आतील बालकांना वगळता इतरांची निर्दयीपणे कत्तल केली. शिवाजी महाराजांनी आपल्या अनेक सेनापतीसह खानदेशातून इखलासखानाच्या सैन्याची स्थिती दयनीय केली होती. तात्पर्यः दिलेर खानाला इखलासखानाच्या मदतीला धावून जावे लागले. शेवटी पुण्यातील कत्तल थांबली. फेब्रुवारी १६७२ मध्ये साल्हेरात मराठा आणि मोगल यांच्यात तुंबळ युद्ध झाले. या युद्धात मोगलांना पराभवाचा सामना करावा लागला. त्यांचे अनेक सेनापती तसेच सैनिक मारल्या गेले आणि कैद करण्यात आले. त्यांच्या सर्व युद्ध सामग्रीवर देखील मराठ्यांनी ताबा मिळवला. साल्हेर आणि खाल्हेर अशा दोन्ही किल्ल्यावरील सुरक्षेसाठी शिवाजी महाराजांनी पुरेशी व्यवस्था केली.

या किल्ल्यानंतर बहादुर खान आणि दिलेर खान अहमदनगरला परतले. तात्पर्यः पुणे आणि नासिक जिल्हे कसलाही संघर्ष न करता मराठ्यांच्या ताब्यात आले. या पराभवाने औरंगजेब भयंकर चिडला. तिकडे खैबर खिंडीत युद्ध सुरू असल्याने त्याचे लक्ष तिकडेही लागले. साल्हेरातील पराभवाची वार्ता ऐकून औरंगजेब तीन दिवस दरबारातच आला नव्हता आणि म्हणत होता,"असे वाटते की अल्लाह मुस्लिमाकडून राज्य हिसकावून घेत एका काफिराकडे देवू इच्छित आहे. हे सगळं घडण्यापूर्वी मला मरण का आलं नाही?" शोकाकुल औरंगजेबला त्याच्या सावत्र आईचे पुत्र बहादुर खानाने सांत्वना देवून विश्वास दिला की तो शिवाजी महाराजांचा बंदोबस्त करील आणि मोगलांची गेलेली पत-प्रतिष्ठा परत मिळवून देईल. शेवटी १६८२ मध्ये महावत खान आणि राजपुत्र मुअज्जमला परत बोलावून बहादुर खानाला दक्षिणेकडील मोगल प्रशासक म्हणून पाठविण्यात आले.

साल्हेर विजयानंतर शिवाजी महाराजांचे सेनापती प्रतापराव गुजरने सुरतचे सुभेदार, व्यापारी तसेच नागरीकांसाठी एक सक्त ताकीद देणारे पत्र लिहिले की त्यांनी नियमीतपणे मराठ्यांना धन-द्रव्य देत रहावे आणि ते त्यांच्या विरोधात कसलीही कारवाई करणार नाहीत. या पत्राला तेथिल सुभेदाराने तितकेच कठोरपणे उत्तर दिले. यावेळी मराठा सैना दुसरीकडे युद्ध करण्यात गुंतली होती. म्हणून त्याच्या विरोधात युद्ध करण्यात आले नाही.

शिवाजी महाराजांना वाटत होते की मोगल सम्राटाने त्यांना एक स्वतंत्र शासक म्हणून मान्यता द्यावी. शवेटी त्यांनी बहादुर खान आणि खानाजवळ एक स्वतंत्र शासक म्हणून आपला एक दूत काजी हैदरला तडजोडीचा प्रस्ताव देवून पाठविले. दोघांनी ही माहिती औरंगजेबाकडे पाठवली. परंतु शिवाजी महाराजांसोबत कसलीही तडजोड करायची

नाही, या मताचा तो होता. म्हणून काजी हैदरला कैद करण्याची आज्ञा देण्यात आली; परंतु तो तात्काळ त्या ठिकाणाहून पळून जाण्यास यशस्वी झाला.

धरमपुर आणि जव्हारवर वर्चस्व

सुरतपासून मुंबईकडे आणि दक्षिणेत धरमपुर तसेच जोहार नावाचे दोन छोटी-छोटी राज्य होते. ५ जून १६७२ मध्ये शिवाजी महाराजांचा पेशवा मोरोपंत त्र्यंबकने जव्हारवर अधिकार मिळवला. तेथिल शासक विक्रमशहा पळून मोगल प्रदेशात गेला. त्यानंतर काही दिवसातच धरमपुरवर देखील तसेच पुर्तुगालांचे शहर दमनमध्ये मराठ्यानी प्रवेश केला. धरमपुरच्या जवळपासच्या वनराई क्षेत्रात कोळी नावाची एक लुटारू जमात रहात होती. या जमातीच्या आक्रमणापासून बचाव करण्यासाठी धरमपुरचे शासक पुर्तुगीजांकडून कर वसूल करीत होते. शिवाजी महाराजांना देखील कर वसूल करण्याची प्रेरणा यामुळे मिळाली.

याच वर्षी जुलैत पेशवा मोरे त्र्यंबकने नासिक शहराला लुटण्यास सुरूवात केली. येथिल दोन मोगल अधिकाऱ्यांनी त्याचा सामना केला परंतु त्याला पळ काढावा लागला. ऑक्टोबर तसेच नोव्हेंबरमध्ये मराठे घोडेस्वार वऱ्हाड आणि तेलंगणात घुसून रामगिरीला लुटू लागले. मराठ्याचे गनिमी कावा तंत्र इतके जगरदस्त होते की लाख प्रयत्न करूनही बहादुर खान त्यांना पकडू शकला नाही. येथून परत येत असताना मराठ्यांचा मोगल सैन्याने पाठलाग केला. परिणामी त्यांच्याकडील लुटीचा माल लुटण्यात आला. औरंगाबादजवळ दोघात छोटेसे युद्ध झाले, ज्यात मराठे पराभूत झाले.

बहादुरखान तसेच दिलेर खान शिवाजी महाराजांना वठणीवर आणण्याचा आणि मोगलांचा गेलेला गौरव परत मिळविण्यासाठी सतत प्रयत्नशील होते. शिवाजी महाराजांच्या पुणे केंद्रावर नियंत्रण ठेवण्यासाठी बहादुर खानाने मोगल सैन्याच्या मुख्य छावणीला औरंगबादपासून पुण्याच्या पूर्वेला पेडगाव येथे हालविले. १६७२ मध्ये तिथे एक किल्ला पण बांधला, परंतु त्यामुळे फारसा फरक पडला नाही.

शिवनेरीचा पराभव

बागलाणचे जवळ-जवळ सर्व किल्ले शिवाजी महाराजांच्या ताब्यात आले होते, परंतु शिवनेरी किल्ला जिथे शिवाजी महाराजांचा जन्म झाला होता, आतापर्यंत मोगलांच्याच ताब्यात होता. त्यात औरंगाजेबने अब्दुल अजीजखान नावाच्या व्यक्तीला नियुक्त केले होते. ज्याला ब्राह्मण असताना मुसलमान केले होते. या किल्ल्यासोबत शिवाजी महाराजांचे एक प्रकारचे भावनात्मक नाते होते. त्यांनी तो किल्ला परत मिळविण्यासाठी वाटेल ते

प्रयत्न केले. अब्दुल अजीम खानाला खूप सारे रूपये देण्याचे प्रलोभन दाखविले. तरीपण तो फितूर होत नव्हता. असे असले तरी शिवाजी महाराजांचा हा प्रस्ताव सुरूवातीला त्याने स्वीकारला होता. परंतु रातोरात याची माहिती बहादुर खानाला दिली, मराठ्यांचे सात हजार सैनिक तिथे पोहोचले होते. परंतु बहादुर खानाने अचानक हल्ला केला. ज्यात मराठ्यांचे अनेक सैनिक मारल्या गेले तसेच अनेक जखमी झाले. हा किल्ला १७५५ पर्यंत मोगलांच्या ताब्यात होता.

पन्हाळागड ताब्यात

मोगलावर आक्रमण करीत असताना शिवाजी महाराज हळू-हळू विजापुरच्या भूभागावरही वर्चस्व मिळवत असत. तिकडे २४ नोव्हेंबर १६७२ ला विजापुरच्या सुल्तान अली अदिलशहाचा मृत्यू झाला. त्याच्या जागी एका चार वर्षाच्या बालकाला सुलतान करण्यात आले. त्याचा वारसदार कोण बनणार? या गोष्टीवरून दरबारात मतभेद उत्पन्न झाले. सगळीकडे अव्यवस्थीत आणि विद्रोहाची परिस्थिती दिसू लागली. शिवाजी महाराज यावेळी आपले गेलेले किल्ले परत मिळविण्यात व्यस्त होते. पुणे विभागासाठी सिंहगडाचे जे महत्त्व होते, तेच दक्षिणेसाठी पन्हाळगडाचे होते. काही वर्षापूर्वी झालेल्या करारातंर्गत हा किल्ला विजापुरला परत दिला होता. तो परत मिळविण्यासाठी ही वेळ चांगली होती. म्हणून त्यांनी तो परत मिळविण्याच्या तयारीला सुरूवात केली, राजापुरात शिवाजी महाराजांनी आपल्या सैनिकांना एकत्र केले. तसेच अण्णाजी दत्तोच्या नेतृत्त्वाखाली मराठा सेन्याने पन्हाळ्याला ताब्यात घेण्यासाठी चाल केली. ६ मार्च १६७३ (फाल्गून कृष्ण त्रयोद) च्या अंधाऱ्या रात्री अण्णाजी दत्तोचा सहायक कोंडाजी फर्जंद आपल्या साठ मावळ्यांना घेवून किल्ल्याच्या दरवाज्यावर चढले. त्यानंतर त्याने आपल्या हाताने सर्वांना वर उचलून घेतले. किल्ल्यावर पोहोचल्यावर सेना चार भागात विभागली. चारही तुकड्यांनी ढोल-नगारा वाजवत किल्ल्यात प्रवेश केला. अचानक किल्ल्यात दाखल झालेल्या शत्रुंमुळे किल्लेदार चकित झाले. गोंधळ उडाला. कोंडाजीने किल्लेदाराला ठार केले, किल्याचा खजिनदार नागोजी सगळं काही सोडून पळाला. हळू-हळू विशाल मराठा सेना किल्ल्यात घुसली. सकाळ होईपर्यंत किल्ला ताब्यात आला. किल्ल्यात सापडलेल्या विजापुरच्या कर्मचाऱ्यांना बदडून खजिना कुठे होता, याचा शोध घेण्यात आला. तो देखील मराठ्यांना मिळला. विजयाची बातमी समजल्यावर शिवाजी महाराज किल्ल्यावर आले. त्यांनतर एक महिना तिथेच थांबून त्याची डागडुजी करून त्याची सशक्त सुरक्षा व्यवस्था केल्यावर शिवाजी महाराजांनी विजापुरच्या सातारा आणि परळी किल्ल्यावरही अधिकार मिळवला. परळी किल्ला

समर्थ रामदास यांना मंदीर बांधण्यासाठी देण्यात आला. तसेच त्याचे नाव बदलून सज्जनगड ठेवण्यात आले.

उब्रांणी युद्ध

या किल्ल्यावर शिवाजी महाराजांचे वर्चस्व झाल्यावर विजापुर दरबारात खळबळ माजली. सगळेजण या गोष्टीला पंतप्रधान खवासखान याला जबाबदार धरू लागले. शेवटी त्याने बहलोल खानाला मोठी फौज घेवून पन्हाळा गडावर पुन्हा अधिकार प्राप्त करण्यासाठी पाठविले. त्याच्या मदतीसाठी आपल्या नियंत्रणाखाली असणाऱ्या तीन प्रदेशाचे सेनापती सुद्धा सैन्यासहित पाठवले.

शिवाजी महाराजांना याची माहिती मिळाली. त्यांनी निश्चय केला की बहलोल खानावर तो पन्हाळा इथे पोहचण्यापूर्वीच हल्ला करायला हवा. त्यासाठी शिवाजी महाराजांनी प्रतापराव गुजर तसेच आनंदराव मकाजी, या दोन सेनापतींना पाठवले. ही सेना तात्काळ मार्गी लागली. प्रतापराव मुख्य सेनापती होते. दोन रात्रीत हे सैन्य विजापुरच्या पश्चिमेला ३६ मैल दूर उब्रांणी येथे पोहोचले. मराठ्यांनी बहलोल खानाच्या सेनेला सगळीकडून घेरले. त्याचे सैनिक भुकेने मरू लागले. १५ एप्रिल १६७३ ला त्यांचा पाणि आणण्याचा एकमेव मार्ग देखील बंद झाला, विवश होवून त्यांना युद्धासाठी उघड्या मैदानात यावे लागले. विजापुरच्या सैन्याचा दारूण पराभव झाला.

त्यावर बहलोल खानाने प्रतापरावांकडे क्षमायाचना केली. प्रतापरावाने ती मान्य केली आणि त्यांना पळून जायला सांगण्यात आले. असे पण सांगण्यात येते की आपल्या सैन्याची दुर्दशा पाहून बहलोलखानाने एका व्यक्तीच्या हस्ते प्रतापराव गुजरांना एक मोठी रक्कम देवू केली आणि विनंती केली की त्यांना सैन्यासहित पळून दिल्या जावे. तसेच छावणीतील सर्व सामग्री ताब्यात घेण्यात यावी. शेवटी तसेच झाले.

प्रतापराव गुजरांचे आत्मबलिदान

उंब्राणी युद्धात प्रतापराव गुजरांच्या कृपेने बहलाल खान सुखरूप पळून गेल्याने शिवाजी महाराज अंत्यत नाराज झाले. त्यांच्या मते आपल्या सापळ्यात सापडलेल्या शत्रूला असं जावू देणं योग्य नव्हतं. त्यावर आपले मत व्यक्त करीत त्यांनी प्रतापरावांना एक संदेश पाठविला,“बहलोल खानाने आपल्या राज्यात नेहमी उत्पात माजवला आहे, तुम्ही सेना घेवून जा, जोपर्यंत तुम्ही त्याचा पूर्ण बंदोबस्त करीत नाही, तोपर्यंत मला तोंड दाखवू नका.”

आपल्या राजांच्या तोंडून इतके कठोर शब्द ऐकून प्रतापराव गुजरांचा स्वाभीमान

दुखवला गेला. ते तात्काळ बहलोल खानावर आक्रमण करायला निघाले. त्यानी विचार केला की त्यांनी जर कोल्हापुरवर आक्रमण केले तर तो तात्काळ आपल्यावर आक्रमण करील. ते निघाले आणि त्यांनी हुबळी हे समृद्ध शहर लुटले. बहलोल खान प्रतिहल्ला करण्यासाठी आपल्या सैन्यासहित आला. त्याच्या मदतीला सर्जाखान देखील आला. प्रतापरावांची इच्छा होती की दोघांचा समोरा समोर सामना व्हावा. त्यांना गुप्तहेरांमार्फत बातमी समजली की बहलोल खान कोल्हापुरपासून ४५ मैल अंतरावर दक्षिणेकडील घाटप्रभा नदीच्या काही अंतरावर नेसरी गावात आहेत. हे माहीत होताच ते सहा-सात अंगरक्षकांना घेवून कसलाही विचार न करता घोड्यावर स्वार होवून निघाले. त्याचे सैनिक मागेच राहिले होते. प्रतापरावांच्या कानात शिवाजीं महाराजांचे शब्द प्रतिध्वनीत होत होते. दोन पहाडाच्या दरम्यान एक छोटासा मार्गच त्यांच्यासमोर होता. त्याच्या पलिकडे बहलोल खानाचे सैन्य उभा होतं. प्रतापराव त्यावर तुटून पडले. सात-आठ व्यक्ती मग ते कितीही शूर असोत, त्यांचे मनोधैर्य कितीही उंचावलेले असो, ते एका विशाल सैन्याचा सामना किती काळ करू शकतात. पहाता-पहाता ते सगळे मराठे स्वराज्याच्या कामी आले. ही घटना २४ फेब्रुवारी १६७४ ला घडली. त्यानंतर बहलोलखानाच्या सैन्यासोबत मराठा सैन्याचे भीषण युद्ध झाले, परंतु दुर्दैवाने मराठ्यांना अतिशय वेदना झाल्या. त्यांना आपल्या या निर्णयाचा आयुष्यभर खेद वाटला.

प्रतापरावाचे बलिदान आणि मराठ्यांच्या पराभवानंतर आनंदराव आपल्या घोडेस्वारासहित कन्नडाकडे गेले. त्याने २४ मार्च बहलोल खानाच्या जागीरचे प्रमुख ठिकाण संपगावातून सात लाखाची लूट केली. त्यानंतर बहलोल खानाने त्यांच्यावर आक्रमण केले. दोन्ही सैन्याची अनेकदा टक्कर झाली. कधी मराठा सैन्याचे पारडे जड झाले तर कधी मोगल सैन्याचे. शेवटी बहलोल खानाच्या सैन्याने मराठ्यांच्या सैन्याचा वेगाने पाठलाग केला. परंतु मराठे लुटीची समग्र सामग्री घेवून सुरक्षित ठिकाणी दाखल झाले.

८ एप्रिलला शिवाजी महाराजांनी आपल्या विजयी सेनेचे चिपळून येथे निरीक्षण केले आणि सैनिकांना बक्षिसे देवून सन्मानीत करण्यात आले. सेनापती प्रतापराव गुजरांच्या मृत्यूनंतर रिक्त झालेल्या पदी हंसाजी मोहीते यांना 'हंबीरराव' पदवी देवून नवे सेनापती म्हणून नियुक्त केले.

प्रकरण सातवे

राज्याभिषेक सोहळा

राज्याभिषेक कशासाठी?

तसे पाहिले तर शिवाजी महाराज आता शासक होते. त्यांच्याजवळ एक विशाल भूभाग तसेच प्रचंड सैन्यबळ आणि धन-द्रव्य होतं. त्यांनी स्वतःला राजा म्हणूनही घोषित केले होते. तरीपण अद्याप त्यांचा राज्याभिषेक झाला नव्हता. तात्पर्य त्यांना कोणी एक स्वतंत्र राजा म्हणून ओळखत नव्हतं. या संदर्भात डॉ. यदुनाथ सरकार लिहितात,

"शिवाजी महाराजांनी प्रचंड भूभाग जिंकून घेतला तसेच प्रचंड धन-द्रव्यांचा संग्रह केला. परंतु अद्याप त्यांनी छत्रपती अर्थात राजा म्हणून घोषित केले नव्हते. ज्यामुळे त्यांची खूप मोठी गैरसोय आणि नुकसान होवू लागले होते. एकिकडे इतर शासक त्यांना विजापुरच्या वतीने काम पहाणारे जमीनदार अथवा जहागिरदार समजत होते. तर विजापुर दरबार त्यांना एक माथेफिरू जहागीरदार असे समजत होते. मराठे जमीनदार भोसलेंना आपल्यापेक्षा कोणत्याही अर्थाने मोठे समजत नव्हते. ज्यात बरेचसे जुने घराणे (मोरे, यादव, निंबाळकर, पवार आदी) शहाजी आणि शिवाजी महाराजांना ऐरा-गैरा कुलहीन समजून अवहेलनाच करीत असत. तिकडे शिवाजी महाराजांची प्रजादेखील मोठ्या अडचणीत सापडली होती. कारण जोपर्यंत शिवाजी महाराज स्वतःला स्वतंत्र राजा म्हणून घोषित करीत नाहीत, तोपर्यंत नियमाप्रमाणे प्रजा त्यांचा आदेश पाळण्यास बांधील नव्हती. अशाप्रकारे शिवाजी महाराज दान, प्रमाणपत्र आणि उपाध्या देखील नियामाप्रमाणे प्रमाणित मानल्या जात नव्हत्या."

वाचायला थोडे संकोचल्यासारखे वाटते की समग्र सत्तेचे मालक असुनही त्यांचे आदेश प्रमाणित समजण्यात येत नव्हते. परंतु हे एक कटु वास्तव देखील आहे की सामाजिक जीवनात वास्तवासोबत औपचारीकतेलाही एक महत्त्व आहे, खरे सांगायचे तर शिवाजी महाराजांना स्वतःला स्वतंत्र राजा म्हणून जाहीर करण्यासाठी एका औपचारीकतेची (राज्याभिषकाची) गरज आहे. मानवी जीवनाच्या या औपचारीकतेच्या

महत्त्वाला शब्दबद्ध करताना इतिहासकार गोविंद सखाराम सरदेसाईने याच प्रसंगावर लिहिले आहे,

"मनुष्य केवळ कार्य आणि यशाबद्दल इच्छूक नाही, तर दिखावा करण्यास देखील आहे. हिंदू राष्ट्रासाठी दररोज प्राचीन शास्त्रोक्त विधीने आपला भव्य राज्याभिषेक करून शिवाजी महाराजांनी प्राचीन प्रथेला पुनर्जीवीत केले आणि किमान भारताच्या एका भागात पूर्ण राज्याची पुनः स्थापना केली. या सोहळ्यांसाठी एक सिंहासन, विधीपूर्वक स्नानानंतर त्यावर आरूढ, वैदीक मंत्राच्या उच्चारासहित पवित्र जलाने अभिषेक. हे सगळं अंतर्भूत होतं. शिवाजी महाराजांचा हा प्रयोग सामान्य लोकांचे लक्ष वेधून घेणे आणि भारतीय पद्धतीने आपला आदर्श प्रस्थापित करण्यासाठी एक सर्वोत्तम उपाय होता. 'राजा' संबोधण्याची प्राचीन प्रथा बहुसंख्य मराठा सरदारात प्रचलित होती. परंतु त्याचा वास्तवीक अर्थ सत्ता असा नव्हता आणि प्राचीन काळात असा कोणी मराठा झाला पण नव्हता, ज्याने प्राचीन गुप्त सम्राटाच्यावेळी राज्याभिषेक केला आहे."

वरील वास्तवाचा विचार करता शिवाजी महाराजांनी आपला राज्याभिषेक सोहळा संपन्न करणे अंत्यत गरजेचे समजले. या विषयात त्यांनी आपल्या मार्गदर्शकाबरोबर दीर्घ विचार -विमर्श केला. या विचार-विमर्शानंतरच या निष्कर्षावर आले की केवळ हिंदू प्रजेवरच नाही तर मुस्लिम तसेच इतर धर्मप्रवण सत्तेवर प्रभाव टाकण्यासाठी हे करणे गरजेचे आहे. याच्या माध्यमातून त्यांना हे पण दाखवून द्यायचे होते की ते खऱ्या अर्थाने आपल्या मातृभूमीचे मालक आहेत. तत्कालीन साहित्यात राज्याभिषेकाचा उद्देश स्पष्ट करताना सांगण्यात आले आहे की मनुष्यमात्रासाठी पूर्ण स्वरूपात धर्मीक स्वातंत्र्य कोणत्याही नवीन राज्याचा आवश्यक भाग आहे.

शिवाजी महाराजांच्या काळात देखील असे अनेक मराठा सरदार होते, जे स्वतंत्र राज्याची कल्पना देखील करू शकत नव्हते. ते या मानसिकतेमधून बाहेर पडू शकत नव्हते की कोणी एखादा मराठा सरदार स्वतःला राजा म्हणून घोषित करू शकतो. ते शिवाजी महाराजांना आतापर्यंत विजापुरसाठी काम करणारा सरदार इतकेच समजत होते. शिवाजी महाराजांना ही मानसिकता नष्ट करायची होती तसेच ही मानसिकता समूळ नष्ट करण्यासाठी अभिषेकाद्वारे विधीपूर्वक स्वतंत्र राजा म्हणून घोषित करणे गरजेचे झाले होते.

सनातनी ब्राह्मणांचा विरोध

हिंदू संस्कृतीचे आदि ग्रंथ, वेद आणि योगेश्वर भगवान श्रीकृष्ण स्पष्ट उद्घोष करतात की वर्णव्यवस्था मनुष्याच्या कर्मावर आधारित आहे. कालांतराने भारतीय

समाजावर एका सनातनी आणि कुंठीत समाजाचे वर्चस्व निर्माण झाले. या वर्गाच्या हाती सूत्रे येताच हिंदू - संस्कृतीच्या उज्ज्वल ऱ्हासाला सुरूवात झाली. सामाजिक व्यवस्थेला सुयोग्य पद्धतीने संचलित करण्यासाठी निर्माण केलेली कर्मावर आधारीत वर्ण व्यवस्था, जन्मावर आधरीत म्हणून सांगितल्या जावू लागली. एक निरक्षर, मूर्ख महापापी व्यक्तीला देखील केवळ यामुळे ब्राह्मण म्हटल्या जावू लागले, कारण की जन्माने तो ब्राह्मण आहे. दुसरीकडे एक योग्य, सदाचारी, सर्वगुण संपन्न व्यक्तीला केवळ खालच्या जातीत जन्म झाल्यामुळे सन्मानापासून वंचित ठेवण्यात आले. ज्याचा त्याला नैसर्गीक अधिकार होता.

आपल्या राज्याभिषेकाप्रसंगी शिवाजी महाराजांना देखील या सनातनी ब्राह्मणांचा सामना करावा लागला. सन् १६७३ च्या सुरूवातीपासूनच सार्वजनिक स्वरूपात राज्याभिषेकावर विचार करण्यात येत होता. परंतु सनातनी ब्राह्मण त्यांना क्षत्रिय समजायला अजिबात तयार नव्हते. ज्या अदम्य तेजस्वी व्यक्तीने आपल्या सामर्थ्याच्या जोरावर अशा काळात, ज्याकाळात सर्व हिंदूने मुस्लिम राजसत्तेसमोर माना झुकविल्या होत्या. एक स्वतंत्र हिंदू राज्याची स्थापना करून दाखवली. असा व्यक्ती क्षत्रीय कसा असू शकणार नव्हता? ज्याने आपल्या कर्माने आपल्या क्षत्रीय असल्याचा पुरावा दिला होता. त्याला क्षत्रिय कसे समजल्या जावू शकत नाही? परंतु हिंदुत्वाला अंधारात ढकलून देण्याच्या प्रयत्नात असणारा ब्राह्मण समाज शिवाजी महाराजांना क्षत्रिय समजायला तयार नव्हता. त्यांचा एकच तर्क होता की शास्त्रानुसार क्षत्रियाशिवाय दुसऱ्या जातीच्या व्यक्तीचा राज्याभिषेक नाही होवू शकत. इतकेच नाही तर अकबराच्या काळातील बनारसचे एक विद्वान ब्राह्मण कृष्ण नरसिंह शेष यांनी 'शुद्राचार शिरोमणि' नावाच्या पुस्तकात स्पष्ट सांगितले होते की कलियुगात क्षत्रियांचा सर्वनाश झाला आहे. असे असले तरी अनेक विचारशील ब्राह्मणांनी वेळोवेळी या रूढीवादी विचाराचे खंडन देखील केले, परंतु ज्यावेळी व्यक्तीचा मेंदू कुंठीत होतो, तेव्हा त्यांची विवेक शक्ती नष्ट होवून जाते.

तत्कालीन मराठा समाजात भोसलेंना शूद्र समजण्यात येत होते. असे असले तरी भोसले स्वतःला मेवाडचे सिसेदिया घराण्याचे वंशज समजत असत. परंतु त्यांचे सर्व संस्कार, जे राजपुतांच्या घरात होतात, त्यांचा विसर पडला होता. शिवाजी महाराज सनातनी ब्राह्मणांचा हा तर्क ऐकून घेण्यास कधी तयार नव्हते की कलियुगात क्षत्रियांचा नायनाट झाला आहे अथवा भोसले शूद्र आहेत. म्हणून त्यांनी बाळाजी आवाजी या ब्राह्मणांच्या नेतृत्त्वाखाली केशवचंद्र पुरोहित, भालचंद्र भट्ट तसेच सोमनाथ भट्ट कात्रे, या विद्वान ब्राह्मणांचे एक प्रतिनिधी मंडळ उदयपूर आदी क्षत्रीय परंपरेचे केंद्र असलेल्या ठिकाणी पाठवले. यामुळे ते असे सांगू शकतील की सर्वच क्षत्रियांचा विनाश झालेला

नाही. ते अद्याप आस्तित्वात आहेत. बाळाजी आवजी एक चतुर कूटनीतिज्ञ स्वधर्म तसेच जातीभिमानी व्यक्ती होता. ते समाजात असणाऱ्या रूढी तसेच अंधश्रद्धेचे कट्टर विरोधक होते तसेच प्राचीन भारतीय संस्कृतीचे महान तत्वांचे प्रबळ समर्थक होते. आपल्या या हेतूसाठी हे मंडळ काशीच्या भट्ट ब्राह्मण कुटुंबालाही भेटले.

भट्ट कुटुंब मुळातले महाराष्ट्रातील पैठणचे निघाले. अल्लाउद्दीन खिलजीवर दक्षिण भारतावरील आक्रमणाच्यावेळी प्राचीन विद्याचे केंद्र पैठणला सोडून तेथिल प्रसिद्ध ब्राह्मणाचे देव, धर्मधिकारी, शेष, भट्ट, मौनी आदी घराणे बनारसमध्ये वसले होते. या भट्ट कुटुंबाला उत्तरेत इतका सन्मान होता की, कोणत्याही राजघराण्यातला कोणताही संस्कार या ब्राह्मणांना वगळून होत नव्हता. याच कुटुंबातील एक सदस्य विश्वेश्वर भट्ट. ज्याचे नाव उपनाव गागा भट्ट होते. त्या काळाचे प्रकांड (प्रचंड) विद्वान होते. त्यांना धर्म, पुराण, स्मृती, राजकारण आदी विषयाचे अगाध ज्ञान होते. त्यांनी या विषयावर अनेक पुस्तके देखील लिहिली होती. त्यांची पुस्तके तत्कालीन न्यायालयात देखील प्रमाण मानल्या जात होती. गागा भट्ट स्वतः अंधश्रद्धा विरोधक आणि उदारमतवादी होते. त्यांनी कृष्ण नरसिंह शेष यांचे पुस्तक 'शुद्राचार शिरोमणि' मधील काल्पनीक सिद्धांताला तीव्र विरोध करण्यासाठी 'कायस्थ धर्म प्रदीप' नावाचे पुस्तक लिहिले होते. या पुस्तकात त्यांनी कायस्थ देखील क्षत्रिय आहेत हे सिद्ध केले होते आणि त्यांच्यासाठी क्षत्रियासमान संस्कार असावेत असे सांगितले होते.

बाळाजी आवजीच्या प्रतिनीधी मंडळाला गागा भट्टाला भेटून अंत्यत आनंद झाला. गागा भट्टाच्या तीक्ष्ण बुद्धीने प्रभावीत होवून त्यांनी त्यांना शिवाजी महाराजांच्या राज्याभिषेकाला येण्यासाठी निमंत्रण दिले. गागा भट्टाने ते स्वीकारले तसेच एक प्रमाणपत्र देखील दिले की शिवाजी खरोखरच मेवाडच्या सिसोदिया राजघराण्याचे वंशज आहेत. म्हणून राज्याभिषेक होणे शास्त्राप्रमाणेच आहे. (डॉ. यदुनाथ सरकारच्या मते बाळाजी आवजीने गागा भट्टाला मोठेच धन-द्रव्य दिले होते आणि त्यांनी दिलेले प्रमाणपत्र देखील बनावट होते)

राज्याभिषेकाची तयारी

त्यानंतर अनेक महिन्यापासूनच राज्याभिषेकाची तयारी चालू होती.अनेक प्रतिष्ठित व्यक्ती पालखीत बसून रायगडावर दाखल होवू लागल्या होत्या. समस्त भारतातील प्रसिद्ध पंडितांना आमंत्रीत करण्यात आले होते. असे असले तरी त्याकाळी आजच्या सारखा प्रवास करणे सोपे नव्हते. तरीपण आकरा हजार ब्राह्मण आपल्या कुटुंबासह आले, त्यांची एकूण संख्या पंचवीस हजाराच्या घरात होती. ही सगळी मंडळी चार

महिन्यापर्यंत पाहूणचार घेत होती.

राज्याभिषेकाच्या पहिल्या टप्यात शिवाजी महाराजांनी आपल्या मंत्रीमंडळाचा, मार्गदर्शक परमानंद, संत तुकाराम आदींचा सल्ला घेतला. गागा भट्टाला सन्मानासहित रायगडावर आणण्यासाठी गोविंद भट्ट खेडकर यांना पाठविण्यात आले. योग्यवेळी गागा भट्ट रायगडावर पोहोचले. सर्वप्रथम त्यांनी शिवाजी महाराजांच्या राज्याभिषेकाला विरोध करणाऱ्या मराठा पंडितासोबत दीर्घ विचार-विमर्श केला. त्यांनी विरोधकांना आपल्या प्रबळ तर्कांने शिवाजी महाराज क्षत्रिय आहेत, हे स्वीकारण्यास भाग पाडले, या कार्यात बाळाजी आवजीने गागा भट्टाचा सहाय्यक म्हणून काम पाहिले.

राज्याभिषेकाचा अर्थ होता शिवाजी महाराजांना क्षत्रिय म्हणून मान्यता देणे, त्यांचे पूर्वजनी अनेक पिंढ्यापासून सवर्णांच्या संस्काराचा त्याग केला होता. तात्पर्यः प्रथम त्यांनाच यज्ञोपवीत संस्कार करावा लागणार होता.सोबतच राज्याभिषेकासाठी लागणाऱ्या अनेक गोष्टी कराव्या लागणार होत्या. शास्त्रानुसार त्यासाठी पवित्र नद्याच्या पाण्याने भरलेले कलश, शुभ लक्षणयुक्त हत्ती आणि घोडे, मृगचर्म, सिंहचर्म विशेष प्रकारचे छत्र. विशिष्ट आकाराचे स्वर्णपात्र, शास्त्रानुसार एका निश्चित मापाचे राजसिंहासन आदीची व्यवस्था करायची होती. ही सर्व व्यवस्था झाली. अनेक भवन, देवालये, सरोवर आदींचे निर्माण करण्यात आले.

प्रारंभिक संस्कार

राज्याभिषेक संस्काराच्या काही दिवसापूर्वीच शिवाजी महाराज कोकण प्रदेशाचा दौरा करायला गेले. तिथे त्यांनी सैनिकाची पहाणी केली, तसेच त्यांना कर्तव्य-पालनाबद्दलची आज्ञा देवून सतर्क राहायला सांगितले. तेथून परत येत असताना ते प्रतापगडावर गेले. प्रतापगडावर जावून त्यांनी आपल्या कुलदेवताची-तुळजाभवानीची पूजा केली. तसेच तिला छप्पन हजार रूपये किंमतीचे स्वर्णपत्र अर्पण केले. तेथून जूनला रायगडावर परतले.

प्राथमीक संस्कार होण्यापूर्वी त्यांनी आपली आई जिजाबाई तसेच गुरू संत तुकाराम यांचे चरण स्पर्श केले. मॉंसाहेबांचे आज अनेक वर्षापासूनचे सुप्त स्वप्न साकार होवू लागले होते. म्हणून त्यांच्या आनंदाला काही सीमाच नव्हती. प्रसिद्ध इतिहासकार सर यदुनाथ सरकारने मॉंसाहेबांच्या आनंदाचे वर्णन करताना लिहिले आहे,

“आज मॉंसाहेबांच्या आनंदाला सीमा नव्हती. तारूण्यात पतीचा विरह सहन करीत त्यांनी साध्वीप्रमाणे पन्नास वर्ष घालवले. परंतु शिवाजी महाराजांच्या अगाध मातृभक्तीने त्यांचे सर्व दुःख विसरायला लावले. त्यांच्या पुत्राचे पावन चरित्र, दया,

चातुर्य आणि अजय शौर्याने सर्व जगात डंका वाजवला होता. आज त्यांच्या पुत्राने स्वदेशवासियांना परधर्मीयांच्या गुलामगिरीतून मुक्त केले होते. त्यांनी हिंदू लेकी-बाळींच्या अब्रुची रक्षा केली होती. तसेच सगळीकडे धर्माचे राज्य प्रस्थापित केले होते. अशा महान यशस्वी राजाची माता होवून त्या धन्य झाल्या होत्या. पंशराशे वर्षापूर्वी याच महाराष्ट्राचीच एक राजमाता, आंध्रराज्य शातकर्णीची माता गौतमी आपल्या धार्मीक पुत्राचे गुणगाण करताना म्हणत होती,"मी महाराणी गौतमी बालश्री, राजश्री शातकर्णीची आई, माझ्या पुत्राची सेवा बाधारहित आहे. तो शक, यवन, याचे नाशकर्ता आहे. त्यांनी सवर्णाचा-अवर्णाचा विकास केला आहे, त्यांनी खरात वंशाला नष्ट केले आहे. वर्ण अत्याचाराला रोखले आहे. अनेक शत्रुंना पराभूत केले आहे. तो सज्जनाचा रक्षणकर्ता आहे. लक्ष्मीचे अधिष्ठान आहे आणि दक्षिणपंथाचा शासक आहे."

शिवाजी महाराजांच्या पूर्वजांनी राजपुताच्या संस्काराचा त्याग केला होता. म्हणून त्यांना शूद्र समजण्यात येत होते, २८ मे ला शिवाजी महाराजांनी प्रायश्चित केले. जेष्ठ शुक्ल चतुर्थी शक संवत १५६६ (२९ मे १६७४) ला गागा भट्टाने पूर्ण विधी-विधानसह शिवाजी महाराजांचा राज्याभिषेक केला. त्यांना जानवे घालून क्षत्रिय बनवले. त्यावेळी शिवाजी महाराज म्हणाले, "आता आम्ही द्विज बनलो आहोत, सर्व द्विजांना वेदांचा अधिकार आहे. तात्पर्यः आमच्या सर्व कर्मकांडात वैदिक मंत्राचा उच्चार व्हावा."

शिवाजी महाराजांच्या या बोलण्यावरून ब्राह्मण भडकले आणि म्हणाले, "कलियुगात क्षत्रीय वर्ण नष्ट झाला आहे. आता ब्राह्मण वगळता कोणीही द्विज नाही. ब्राह्मणांच्या अशा वागण्याने गागा भट्ट देखील हादरला, त्यांनी वेळ न घालवता संस्काराच्या विधी पूर्ण केल्या.

या संस्कारात गागा भट्ट मुख्य आचार्य होते, त्यांना पस्तीस हजार रूपये तसेच इतर आचार्यांना मिळून ८५ हजार रूपायांची दक्षिणा देण्यात आली.

यज्ञोपवीत संस्कारांच्या तिसऱ्या दिवशी राणी सोयराबाईसोबत शिवाजी महाराजांनी पुन्हा वैदिक मंत्रासहित विवाह संस्कार संपन्न केला.

राज्याभिषेक संस्कार

प्राथमीक संस्कार संपन्न झाल्यावर जेष्ठ शुक्लात्रयोदशी ६ जून १६७४ ला राज्याभिषेकाचा मुहूर्त होता. त्याच्या एक दिवस अगोदर शिवाजी महाराजांनी पूर्ण संयम पाळला. त्यांना गंगाजलाने स्नान घालण्यात आले. त्यानंतर त्यांनी गागा भट्टाला पंचवीस हजार तसेच ब्राह्मणांना पाच-पाच हजार रूपये दक्षिणा म्हणून दिले.

अभिषेकाच्या दिवशी शिवाजी महाराज मुहूर्तावर उठले. स्नान आटोपल्यावर त्यांनी

आपली कुलदेवी भवानी तसेच कुलदेव भगवान शिवाची पूजा अर्चा केली. आपले कुलगुरू बालम भट्ट, पुरोहित गागाभट तसेच इतर मुख्य पंडिताना तसेच साधु-महात्म्यांना प्रणाम केले आणि त्यांना वस्त्र आणि भेट दिले.

या प्राथमिक स्नानानंतर अभिषेक स्नान करावे लागणार होते. शिवाजी महाराजांनी सफेद वस्त्र, चंदनाची माळा तसेच सोन्याची आभूषणे परिधान केली. त्यानंतर ते सोन्याचे मढवलेल्या दोन फूट लांब, दोन फूट रुंद तसेच तितक्यात उंचीच्या आसनावर बसले. त्यांच्या डाव्या बाजूला पत्नी सोयराबाई बसल्या. शिवाजी महाराज आणि सोयराबाईच्या वस्त्रांची गाठ बांधण्यात आली. त्या दोघांसोबतच युवराज संभाजी देखील बसले होते. त्यांच्या आठ कोपऱ्याला सोन्याचे आठ कुंभ तसेच इतर छोट्या स्वर्णपात्रात गंगा, यमुना, नर्मदा, कावेरी आदी सात नद्याचे, इतर प्रसिद्ध नद्याचे, समुद्र तसेच तीर्थाचे जल ठेवण्यात आले होते. त्यांनी मुहूर्ताची वेळ येताच हे जल शिवाजी महाराज, राणी सोयराबाई तसेच युवराज संभाजीवर ओतले. ब्राह्मण उंच स्वरात मंत्रपठण करू लागले. मंगल वाद्यांचा ध्वनी आकाशात निनादू लागला. सोळा सुवासिनी ब्राह्मणीने सुंदर वस्त्र परिधान करून स्वर्ण थाळीत पाच दीपक लावून शिवाजी महाराज, राणी तसेच युवराजांच्या सभोवताली फिरून त्यांची ओवाळणी केली. नंतर शिवाजी महाराजांनी ओले वस्त्र काढले. राजाने उठावदार जरीचे लाल वस्त्र परिधान केले. गळ्यात फुलांची माळा तसेच डोक्यावर अनेक प्रकारचे रत्नजडीत झालरदार पगडी धारण केली. हे सगळं केल्यानंतर त्यांनी आपली तलवार, ढाल, तीर, धनुष्य आदींचे शास्त्रोक्त पूजन केले. त्यानंतर पुन्हा ब्राह्मणांना दक्षिणा देण्यात आली.

ज्ञात-अज्ञात पापमुक्तीसाठी तुलादान करण्यात आले, ज्यात शिवाजी महाराजांना सोने, चांदी, उंची वस्त्रे, कापूर, मीठ, तूप, साखर, मसाले, धान्य यांनी तोलण्यात आले. कदाचित या समग्र वस्तूचे वजन एकशे चाळीस ते पन्नास पौंड इतके होते. या समग्र वस्तुसहित पाच लाख रूपये ब्राह्मणांना दान-दक्षिणा म्हणून देण्यात आले. युद्धात गाय, ब्रह्मण, स्त्री अथवा बालकाच्या हत्येपासून पापमुक्त होण्यासाठी ब्राह्मणांना जास्तीचे आठ हजार रूपये देण्यात आले.

शेवटी त्यांनी त्या कक्षात प्रवेश केला, जिथे सिंहासन उभारले होते. हा भव्य कक्ष खास करून सुसज्जीत करण्यात आला होता. याच्या छताला जरीचा चंद्र टांगलेला होता. ज्यातून मोत्याचे लड झुलत होते. खाली उंच्या मखमलीचा बिछाना अंथरलेला होता. कक्षाच्या मध्यभागी साडे तेरा फूट लांब तसेच बारा फूट रुंद भव्य सिंहासन उभारण्यात आले होते. त्यात अनेक प्रकारचे अमूल्य रत्न होते. त्याचा खालचा भाग सोन्याचे मढवलेला होता तसेच वरील भाग सोन्याने मढवलेला होता. आठ-कोपऱ्यात

सोन्याचे पतरे मढवलेले तसेच मणी जडीत आठ स्तंभ होते. या आठ स्तंभावर जरीदार चंद्र टांगलेला होता. ज्याला मोत्याचे लड, हीरे आदी झुलत होते. सिंहासनावर व्याघ्रचर्माच्या वर मखमलीची गादी अंथरली होती. मागे राजछत्र होते. सिंहासनाच्या दोन्हीकडे अनेक राज्यांचे राजचिन्ह, सोन्याच्या टोकदार भाल्याच्यावर झुलत होते. डावीकडे मोगलांचे राजचिन्ह मरातिब (माशाचे डोके), उवजीकडे तुर्कीचे राजचिन्ह घोड्याची शेपटी तसेच प्राचीन पारस राज्याचे चिन्ह भारी मानदंड लावले होते. कक्षाच्या प्रवेशद्वारावर दोन्ही बाजूला पाण्याने भरलेले पात्र ठेवलेले होते. ज्यांची तोंडे हिरव्या पानांनी झाकलेली होती, तिथे दोन घोडे तसेच दोन बाल हत्ती बांधलेले होते, ज्याच्या साखळ्या, लगाम आदी सोन्याच्या होत्या.

ठराविक मुहूर्तावर शिवाजी महाराज सिंहासनावर आरूढ झाले. आठ मंत्री आपल्या हातात राजचिन्ह घेवून त्यांच्या सभोवताली उभे होते. त्यांच्या मागे इतर वरिष्ठ अधिकारी, सरदार, पाहूणे विशिष्ट प्रेक्षक आदी आपआपल्या जागेवर उभे होते. शिवाजी महाराजांवर पवित्र जल सिंपडण्यात आले. ब्राह्मणांनी त्यांच्यावर मंगलसूचक पवित्र तांदूळ उधळले. पुन्हा त्या सोळा ब्राह्मण सुवासिनीने ओवाळणी केली. ब्राह्मण समूह पवित्र वैदिक ऋचांचा उंच स्वरात गायन करीत होता. जय आणि मंगल सूचक वाद्य आपल्या संगीताने दहा दिशांना प्रतिध्वनीत होवू लागले. या प्रसंगी रत्न जडीत स्वर्ण कमल तसेच सोन्या चांदीचे पुष्प पुरेशा प्रमाणात प्रेक्षकात वाटण्यात आले. ब्राह्मणांनी छत्रपती शिवाजी महाराजांना आशीर्वाद दिला. छत्रपतीने नतमस्तक होवून त्यांचा आर्शीवाद घेतला. 'शिवाजी महाराजांचा विजय असो, छत्रपती शिवाजी महाराज की जय' अशा घोषणा देण्यात येऊ लागल्या. शिवाजी महाराजांच्या डोक्यावर राजछत्र धरण्यात आले. सिंहासनावर त्यांच्यासोबत सोयराबाई बसल्या होत्या. सिंहासनाच्या खालच्या बाजूस तीन ठिकाणी युवराज संभाजी, गागा भट्ट तसेच पेशवा मोरेश्वर त्र्यंबक पिंगळे बसले.

अभिषेकाचा विधी रात्री आठपर्यंत चालला. त्याच्या समारोपप्रसंगी मुख्य आचार्य गागा भट्टाला उंची वस्त्रे, आभूषण आणि एक लाख रूपये देण्यात आले. तर आचार्यांना वस्त्रे आदीसह पाच ते पंचवीस हजारापर्यंत दक्षिणा देण्यात आली, इतर सर्व ब्राह्मणांना किमान पंचवीस रूपये इतका दक्षिणा देण्यात आली, साधु-संत, महात्मे, गरीब आदींना देखील अन्न-वस्त्र आदींचे दान अथवा दक्षिणा देण्यात आली. दान प्रथेनुसार सोळा महादान वगैरे पण करण्यात आले.

सगळे विधी आटोपल्यानंतर शिवाजी महाराजांनी विशिष्ट व्यक्तीसोबत चर्चा केली. त्यांचा न्यायाधीश निरोजी रावजीने इंग्रज दूत जॉर्ज आक्सेंडन यांना त्यांच्यासमोर आणले. आक्सेंडनसोबत त्यांचा दुभाषी नारायण सेनाय पण होता. आक्सेंडनने नतमस्तक

होवून छत्रपतींना अभिवादन केले. त्याने भेट म्हणून एक अंगठी (हीराजडीत) एक सोन्याची जंजीर, एक कलंगी, एक रत्न जडीत कंकण तसेच तीन मोठे-मोठे मोती भेट म्हणून दिले. या सगळ्याचे मूल्य तीन हजार रूपये होते, त्यानंतर सर्वांचे पान-वीडा देवून अत्तर देवून स्वागत केले.

मिरवणूक

या सर्व विधी संपल्यानंतर छत्रपती शिवाजी महाराज यांची मिरवणूक काढण्यात आली. या मिरवणूकीत सर्वात पुढे दोन हत्ती चालत होते, ज्यापैकी एकावर हिरवा झेंडा तसेच दुसऱ्यावर भगवा झेंडा फडकत होता. हा भगवा ध्वज समर्थ रामदासांनी दिला होता. शिवाजी महाराज आपल्या एका खास हत्तीवर स्वार होते, ही मिरवणूक रायगडावरून निघून शेवटी जगदीश्वर मंदीरात पोहोचली. रस्त्यातून येताना अनेक सवासिनी महिलांनी शिवाजी महाराजांची ओवाळणी केली. त्यांच्यावर सोने, चांदीचे फुल तसेच तांदूळ उधळण्यात आले. सगळीकडे त्यांच्या जयजयकाराच्या घोषणा देण्यात आल्या. (जगदीश्वर मंदीरात एक शिलालेख आहे, त्यावर याचा स्पष्ट उल्लेख आहे की अभिषेक संस्कारानंतर शिवाजी महाराज इथे आले आणि त्यांनी पूजा केली) बहुधा दुपारपर्यंत छत्रपती शिवाजी महाराज मंदीरातून घरी पोहोचले.

निश्चितच शिवाजी महाराजांच्या या राज्याभिषेक सोहळ्यामुळे सर्व हिंदूना खास करून मराठ्यांना अंत्यत आनंद झाला. शतकानुशतकापासून अन्याय-अत्याचाराने दबलेल्या जनतेला आशेचा एक नवा किरण दिसू लागला. त्यांना आपला धर्म तसेच संस्कृतीचे भविष्य उज्ज्वल दिसू लागले. त्यांना आपल्या प्राचीन गौरवमयी परंपराची एक सुंदर भविष्याची अनुभूती होवू लागली. कारण की छत्रपतीने आपला राज्याभिषेक सोहळा पूर्णपणे प्राचीन आर्य परंपरामुळे संपन्न केला होता. त्यात लाल राष्ट्रीय चिन्ह, मुक्त जरीदार पताका, भव्य राजछत्र, विशाल ढोलक आदी हिंदू राजाच्या प्राचीन परंपरेनुसार केले होते. या प्रसंगी स्वामी रामदासाने भगवा ध्वजही प्रदान केला, परंतु भगवा झेंडा ही त्यांची देण नसून हिंदूची ती प्राचीन ओळख आहे. मराठा सेना पहिल्यापासून भगव्या झेंड्याचा उपयोग करीत आली आहे. स्वर्गमय इतर चिन्हे देखील प्राचीन काळापासून विशेष प्रसंगी उपयोगात आणल्या जात होते. भिंती, खुर्च्या, राजमार्ग, द्वार, तोरण आदी सर्व भारतीय परंपरेप्रमाणे सुसज्जीत केले होते.

नवीन नाणे चलनात

शिवाजी महाराजांनी आपल्या राज्याभिषेकापासूनच नवीन नाणे प्रचलीत केले.

त्यावेळी प्रामुख्याने शक तसेच विक्रम नाणे प्रचलीत होते. शिवाजी महाराजांनी या नाण्याला राजशक असे नाव दिले. राजशकाचा शब्दशः अर्थ युग निर्माता असा केला जातो. अभिषकाच्या तिथीपासून प्रचलीत या नाण्याला मराठा राज्याच्या सर्व प्रदेशात उपयोगात आणल्या जात होते. मराठा राज्याच्या अस्तापर्यंत (१८१८) या नाण्याचा उपयोग होत राहिला. दरम्यान १५ सप्टेंबर १७७७ ते २० डिसेंबर १७७७ पर्यंत नाना फडणवीसानी त्याचा उपयोग करणे थांबवले होते.

राज्याभिषेकाचा एकूण खर्च

अभिषेकाच्या दुसऱ्या दिवसापासूनच देशाच्या विभिन्न भागातून आलेल्या ब्राह्मणांना तसेच गरिबांना दक्षिणा, दान तसेच भिक्षा देण्यास सुरूवात झाली. हे कार्य बारा दिवस चालले. ब्राह्मण स्त्री-पुरूषाला, त्यांच्या मुलानांही क्रमशः एक-दक्षिणेत साडे-सात लाख रूपये खर्च झाला.

कृष्णाजी अनंत सभासदाच्या मते बांधकामासहित अभिषेक सोहळ्यासाठी सुरूवातीपासून शेवटपर्यंत सात करोड दहा लाख रूपये खर्च झालेत. सिंहासनासाठी बत्तीस मन सोने लागले. ज्याचे तात्कालीन मूल्य चौदा लाख रूपये होते आणि त्यात अमूल्य हीरे, माणिक आदी लावलेले होते. अष्ट प्रधान मंडळाला एक -एक लाख रूपये, हत्ती, घोडे, वस्त्र आभूषण आदी देण्यात आले. सर यदुनाथ सरकार हे वर्णन खरे समजत नाहीत. त्याच्या मते त्यात सगळे मिळून जवळ-जवळ पन्नास लाख रूपये खर्च झाले असतील.

प्रशासकीय पदाचे संस्कृत नामकरण

मुसलमान शासकाच्या प्रभावाने भारतात त्यावेळी सर्व प्रशासकीय पदांची नावे अरबी-फारसीत प्रचलीत होते. शिवाजी महाराजांनी मराठीला आपली राजभाषा म्हणून घोषित केले. राजकीय कार्यासाठी 'राज्यव्यवहार कोषां' ची रचना केली. ज्याचे संचलन रघुनाथ पंत हनुमंत यांच्या नेतृत्त्वाखाली विभिन्न विद्वानानी केले. असे असले तरी छत्रपतीची उपाधी शिवाजी महाराजांनी आपल्या प्रथम स्वातंत्र्याच्या घोषणेच्या वेळीच केली होती. परंतु अभिषेकाच्या प्रसंगी त्या या उपाधीला विधीपूर्वक धारण केले. "क्षत्रियकुलावतंस सिंहासनाधीश्वर महाराज छत्रपती ! "

या नवीन राजव्यवहार कोषानुसार पेशवा आदी त्यांच्या अष्ट प्रधानाचे नवीन नावे संस्कृतमध्ये ठेवण्यात आली-

१. पेशवा - मुख्य प्रधान (पंतप्रधान)

२. मुजूमदार - अमात्य (राजस्वमंत्री)

३. सुरनिस - सचिव (अर्थमंत्री)

४. वाकेनवीस - सचिव (गृहमत्री)

५. सरनौबत - सेनापती

६. डबीर - सुमंत (परराष्ट्रमंत्री)

७. न्यायधीश

८. पंडीत राव (धार्मीक विषयाचा मंत्री)

हे अष्टप्रधान मंडळातील पहिले चार सिंहासनाच्या डाव्या आणि उर्वरित चार उजवीकडे बसत असत. अशाप्रकारे इतर नावाचे देखील संस्कृतमध्ये नामकरण करण्यात आले.

पुन्हा दुसरा राज्याभिषेक

हा भव्य राज्याभिषेक पाहिल्यानंतर बाराव्या दिवशी १७ जून १६७४ ला रायगडाच्या खाली पाचाड नावाच्या ठिकाणी मॉंसाहेबाचे महानिर्वाण झाले. त्यावेळी त्यांचे वय ऐंशी होते, त्यांना दीर्घायुष्य मिळाले होते. तसे पाहिले तर ही काही अंत्यत दुःखाची घटना नव्हती. त्यांना आपल्या जीवनात तो शुभ प्रसंग पहायला मिळाला होता, जो फारच कमी मातांच्या वाटेला येतो. परंतु अभिषेकाच्या काही वेळानंतर निश्चलपुरी नावाचा एक गोसावी तांत्रीक शिवाजी महाराजांकडे आला. त्याने सांगितले की ५ जूनला गृहांची स्थिती ठिक नसल्याने हा आभिषेक शिवाजी महाराजांसाठी मंगलकारक ठरणार नाही. अभिषेकाच्या काही दिवसानंतरच मॉंसाहेबांचा तसेच शिवाजी महाराजांच्या एका पत्नीचा देहांत झाला होता. याला देखील त्याने गृहाची स्थिती ठिक नसल्याचे कारण सांगितले. तात्पर्यः त्यांना पुन्हा शुभ मुहूर्तावर राज्याभिषेक करण्याचा सल्ला देण्यात आला. शिवाजी महाराजांनी तसे करून पहायला काय हरकत आहे म्हणून दुसरा राज्याभिषेक केला.

अभिषेकानंतरचे एक वर्ष

अभिषेकानंतरचे एक वर्ष शिवाजी महाराजांच्या जीवनात खूप उतार चढावाचे राहिले. यावर्षी एकिकडे काही महत्त्वाची कामे झाली तर दुसरीकडे, नुकसानही सोसावे लागले. अभिषेक सोहळ्यात शिवाजी महाराजांना खूप मोठी रक्कम खर्च करावी लागली. त्यांचा कोष जवळ-जवळ रिकामा झाला होता. तो भरून काढण्यासाठी जुलै

१६७४ ला एक तुकडी मोगल प्रदेश लुटून आणण्यासाठी बाहेर पडली. ही बातमी मोगल सुभेदार बहादुर खानाला योग्यवेळी समजली, जी गावे लुटण्याची बातमी होती. बहादुर खान त्या गावाच्या रक्षणासाठी निघाला. त्याच वेळी मराठ्यांच्या दुसऱ्या तुकडीने त्याच्या छावणीवर हल्ला करून तिला लुटले. ज्यात मराठ्यांना एक करोड रूपये तसेच दोनशे उत्तम प्रजातीचे घोडे मिळाले. लूट आणि छावणीला आग लावल्यानंतर मराठे निघून गेले. त्यानंतर अनेक मोगल प्रदेशाना लुटण्यात आले. फेब्रुवारी १६७५ मध्ये मराठ्याने मोगलाच्या ताब्यात असणाऱ्या कल्याण शहराला लुटले आणि जाळून भस्म केले.

ज्यावेळी शिवाजी महाराज राज्याभिषेकाच्या सोहळ्यात मग्न होते, त्याचवेळी त्यांना खबर लागली होती की बहादुर खान त्यांच्यासोबत युद्ध करण्याच्या तयारीला लागला आहे. म्हणून त्याचे लक्ष विचलीत करण्यासाठी शिवाजी महाराजांनी आपला एक दूत पावसाळ्यात त्यांच्याकडे शांती प्रस्ताव घेऊन गेला होता आणि इकडे ही घटना घडली. तरीपण बहादुर खान स्वतःला शिवाजी महाराजांचा सामना करण्यास असमर्थ समजत होता. शांती प्रस्ताव पाठविण्यात येत होते. खरे तर शिवाजी महाराजांना संधीचा पुरेपुर फायदा घ्यायचा होता. मार्च ते मे १६७५ पर्यंत शिवाजी महाराजांकडून आपण मोगलासाठीच काम करीत असल्याचे सांगण्यात येत होते. शिवाजी महाराज आपले सतरा किल्ले मोगलांना देणे तसेच आपल्या पुत्राला दक्षिणेत मोगल सैन्यात सहा हजारी मनसबदार करण्यास सहमत झाले. बहादुर खानाने हा प्रस्ताव औरंगजेबाकडे पाठविला आणि त्याला औरंगजेबाने मान्यता पण दिली. याच दरम्यान चर्चा पूर्ण होण्याआधीच शिवाजी महाराजांनी बहादुर खानाच्या दुताला अपमानीत करून परत पाठविले तसेच मे १६७५ च्या सुरूवातीला पौडा, कारवार तसेच सौंधा ताब्यात घेण्याची योजना आखली. शिवाजी महाराजांच्या म्हणण्यानुसार बहादुर खानाने या चर्चेत त्यांच्याकडे मोठी रक्कम लाच म्हणून घेतली होती आणि बहाणा केला होता की ती सम्राटासाठी चालवली आहे.

बहादुर खानाच्या या अपयशामुळे औरंगजेबाची खात्री झाली की तो शिवाजी महाराजांचा बंदोबस्त करायला सर्वार्थाने असमर्थ आहे. बहादुर खानाने सम्राटाला जो विश्वास दिला होता, त्यातून त्याला काहीही यश मिळालेले नव्हते. शिवाजी महाराज औरंगजेबासाठी एक आव्हान म्हणून उभे ठाकले आहे. शेवटी सम्राटानी दुसऱ्या कोणालातरी दक्षिणेकडे पाठविण्याचा विचार केला.

नेताजी पालकरला धर्मात घेतले

औरंगजेबाने या संदर्भात दिलेर खानासोबत चर्चा केली. दोघे या निष्कर्षाला पोहोचली की शिवाजी महाराजांचा बंदोबस्त करण्यासाठी अशा एखाद्या व्यक्तीला पाठविण्यात यावे. ज्याला दक्षिणेकडील परिस्थितीची पूर्ण माहिती असेल आणि तेथिल लोक त्याच्या ओळखीची असतील. असा एकमेव व्यक्ती होता, नेताजी पालकर. मागे उल्लेख आलाच होता की नेताजी पालकर शिवाजी महाराजांचा सर्वाधीक विश्वासपात्र सेनापती होता, परंतु शिवाजी महाराजांनी जयसिंहासोबत केलेल्या करारानंतर शिवाजी महाराजांसोबत पालकरांचे बिनसले होते. नंतर जयसिंहाने त्यांना मोगल सम्राटाच्या सेवेत घेतले. औरंगजेबाने त्याला मुसलमान केले होते आणि त्याचे नाव मुहम्मद कुली खान ठेवले होते. काट्याने काटा निघतो या म्हणी प्रमाणे शिवाजी महाराजांचा बंदोबस्त करण्यासाठी त्यांना पाठविण्याचे ठरविले. त्यांनी सांगितले की त्यांना पाहिजे तितकी सामग्री-धन मिळाले तर ते शिवाजी महाराजांचा बंदोबस्त करील. सम्राट त्याला तयार झाला. औरंगजेबाने त्याची प्रत्येक मागणी पूर्ण केली. दिलेरखान आणि नेताजी पालकर उर्फ मुहम्मद कुली खान दोघे निघाले. दोघांनी शिवाजी महाराजांवर लक्ष ठेवले तसेच साताऱ्याजवळ आपली छावणी उभारली.

नेताजीला त्याच्या इच्छेच्या विरोधात बळजबरीने मुसलमान केले होते. कदाचित त्याला मुक्तता हवी होती. शेवटी तो एक दिवशी सकाळी सकाळीच मोगल छावणीतून निसटला आणि शिवाजी महाराजांना येवून मिळाला. त्यांनी त्यांच्यासोबत घडलेला सर्व वृत्तांत सांगितला आणि औरंगजेबाची योजना पण सांगितली, ते आठ वर्षापासून उत्तरेतच होते आणि त्यांचा नवीन परिवार पण तिकडेच होता. त्यांनी शिवाजी महाराजांना विनंती केली की त्याला स्वधर्मात घेण्यात यावे. शवेटी पुरेशा प्रायश्चितानंतर त्यांना शिवाजी महाराजांच्या प्रेरणेने १९ जुन १६७६ ला शुद्ध करून हिंदू धर्मात परत घेतले. त्यांनी पुन्हा शिवाजी महाराजांसाठी कार्य करायला सुरूवात केली होती तसेच औरंगजेबांच्या योजनेला जल समाधी मिळाली होती.

या घटनेचे केवळ राजकीयच नव्हे तर सांस्कृतीक महत्त्व देखील आहे. छत्रपती शिवाजी महाराजांच्या चारित्र्याच्या आणखी एका भागावर देखील या घटनेने प्रकाश पडतो. तो असा की ते केवळ राज्य संस्थापक अथवा महान विजेता नव्हते. तर एक महान समाजसुधारक देखील होते. ही घटना त्या कट्टरपंथी हिंदूच्या थोबाडात ठेवून दिलेली एक जबरदस्त झापड होती, जे इतर धर्मात गेलेल्या लोकांना स्वधर्मात घेण्याचा साधा विचारही करू शकत नव्हते. नेताजी पालकर वगळता यापूर्वी मुसलमान बनलेल्या

बाजाजी निंबाळकरांना देखील हिंदू धर्मात घेतले होते. शिवाजी महाराजांना ही प्रेरणा त्यांच्या मातोश्रीकडून मिळाली होती.

विजापुरच्या ताब्यातील राज्यांवर अधिकार

रोजच्या उपद्रवामुळे विजापुरची सत्ता क्षीण होत चालली होती. सुलतान सिंकदर आदिलशहा अद्याप बालक होता. राज्याची खरी सूत्रे पंतप्रधान खवासखानाच्या हातात होती. औरंगजेबांनी या परिस्थितीचा फायदा घेण्यासाठी बहादुर खान आणि दिलेरखानाला आज्ञा दिली की त्यांनी विजापुर ताब्यात घ्यावे. खवासखानालापण सत्ता स्वतःच्या हातात घ्यायची होती, ९ ऑक्टोबर १६७५ ला स्वतः भीमा नदीच्या किनारी बहादुर खानाला भेटला. खवासखानाच्याया षडयंत्राची खबर लागताच विजापुरचे अफगाण सरदार बहलोल खानाने त्याला १९ ऑक्टोरला बांकापुर येथे कैद केले आणि सत्ता आपल्या हाती घेतली.

त्याचवेळी पुर्तगाली व्यापारी गोवा प्रांतात देखील आपल्या सुरक्षेच्या दुष्टिने सतर्क दिसत होते. त्यांची ही सतर्कता विजापुरसोबत हात मिळवणी करून शिवाजी महाराजांसाठी घातक सिद्ध ठरत होती. या सागरी मार्गाद्वारे शिवाजी महाराजांच्या विरोधकास घातक युद्ध सामग्री देखील मिळत होती. शेवटी शिवाजी महाराजांनी प्रथम ही समस्या सोडविण्यास प्राधान्य दिले. त्यांना युरोपीयनच्या हातातून सत्ता आणि व्यापार हिसकावून घेण्यासाठी सर्वप्रथम ते आपल्या नौसेनेला सुधारू इच्छित होते. पितांबर सेनॉय नावाच्या कूटनीतिज्ञाला शिवाजी महाराजांनी आपल्याकडे घेतले. कारण की इंग्रजाचा दुभाषी म्हणून काम केल्याने त्याला युरोपीयनच्या समस्या तसेच गोव्यातील काही कुशल नोसैनिक तसेच तोफखान्याचे अधिकारी देखील मिळाले. त्यांच्या सेवेचा उपयोग करण्यासाठी शिवाजी महाराजांनी मालवनमध्ये जहाज निर्मितीचा कारखाना तसेच शस्त्रागार देखील उभा केले. इथे कर आकरण्याची प्रेरणा देखील शिवाजी महाराजांना पितांबर सिनॉय यांच्याकडून प्राप्त झाली. कोलाबा ते मालवनपर्यंत, आधीच शिवाजी महाराजांचा अधिकार होता. परंतु या दरम्यान गोव्याची चौकी पुर्तगालीजच्या हातात होती, जी त्यांच्या नौसेनेसाठी अडथळ्यासमान होती. गोव्याच्या दक्षिणेकडील अंत्यत महत्त्वाची ठिकाणं पौंडा आणि करवार विजापुरच्या ताब्यात होते. पुर्तुगालीज तसेच जंजीऱ्याच्या सिद्दीवर नियंत्रण ठेवण्यासाठी यावर अधिकार असणे गरजेचे होते. त्यावर ताबा मिळविण्यासाठी ऑगस्ट १६७४ मध्ये शिवाजी महाराज प्रयत्न करून बसले होते. परंतु त्यात यश आलं नव्हतं. शेवटी २२ मार्चला पौंडा ताब्यात घेण्यासाठी शिवाजी महाराजांनी राजापुर वरून शस्त्रास्त्राने भरलेले चाळीस पोते

पाठविले. शिवाजी महाराज स्वतः तिथे आले आणि ८ एप्रिलला घेराव टाकला. बहलोल खान स्वतः सैन्य घेवून पौंडाच्या रक्षणासाठी निघाला. परंतु मराठ्याच्या एक सैन्याने त्याला मध्येच अडवले. आपण अडचणीत आल्याचे पाहून पौंडाने किल्लेदार मुहम्मद खानाने शरणांगती पत्कारली. पौंडा शिवाजी महाराजांच्या ताब्यात आला. ताब्यात आल्यानंतर शिवाजी महाराजांनी पौंडाची सुरक्षा करण्यासाठी तिथे एक मोठी फौज ठेवली. त्याच्या काही दिवसामध्येच त्यांनी त्याच्या सीमेवरील राज्य कारवार तसेच सौंधावर देखील अधिकार केला. या राज्याच्या व्यवस्थेसाठी धर्माजी नागनाथ यांची नियुक्ती करण्यात आली. हे सगळे विजय त्यावेळी झाले ज्यावेळी शिवाजी महाराजांची मोगल सुभेदार बहादुर खानासोबत चर्चा चालू होती.

वेदनूर वर अधिकार

ज्यावेळी शिवाजी महाराज आपल्या या नव-विजयी प्रदेशात होते, त्याचवेळी तिथे एक शेजारी छोटेसे राज्य वेदनुरमध्ये एक राणी राज्य करीत होती. तिच्या सेनापतीने विद्रोह केला होता. राणीने आपल्या विद्रोही सेनापतीचे बंड मोडून काढण्यासाठी शिवाजी महाराजांकडे मदत मागितली, शिवाजी महाराजांनी मदत देण्याच्या मोबदल्यात कर वसूल करण्याचा अधिकार ही अट ठेवली. राणी तयार झाली. शेवटी शिवाजी महाराजांनी तिची मदत केली आणि विद्रोह्याचे बंड मोडून काढले. त्यामुळे शिवाजी महाराजांना वेदनूरमधून कर वसूल करण्याचा अधिकार मिळाला. त्यांनी वेदनुरमधून कर वसूल करण्यासाठी आपले प्रतिनिधी अमाजी पंडित यांना नियुक्त केले. वेदनुरवरून १२ जूनला राजापुरमार्गे ते परत राजगडावर आले. अशाप्रकारे उत्तरेत दमण जवळ राम नगरवरून दक्षिणेत वेदनुरचे बंदर बसरूरपर्यंतचा पश्चिम घाटावर शिवाजी महाराजांनी एकाच दौऱ्यात आपली सत्ता कायम केली.

सातारा किल्ल्यावर विजापुर दरबाराचा अधिकार होता. ११ नोव्हेंबर १६७५ ला शिवाजी महाराजांनी हा किल्ला देखील ताब्यात घेतला. हे ठिकाण शिवाजी महाराजांना खूप आवडले होते. म्हणून काही दिवस ते या ठिकाणी राहिले. जवळच्या पाली बंदराला त्यानी आपले अध्यात्मीक गुरू रामदास यांना अर्पण केले. अशाप्रकारे आपला अभिषेक करून झाल्यावर एका वर्षाच्या आतच त्यांनी विजापुरचा समस्त पश्चिम भाग आपल्या ताब्यात घेतला.

आजारपण आणि संभाजीची कैद

१६७५ च्या अखेरीस ज्यावेळी शिवाजी महराज साताऱ्यात रहात होते.

त्यावेळी ते गंभीरपणे आजारी पडले होते. इतके की त्यांचे महानिर्वाण झाल्याची अफवा देखील पसरली होती. त्यांचा पुत्र संभाजी आपल्या वडिलांच्या अपेक्षेच्या उलट वागू लागला होता. म्हणून शेवटी त्याला त्याचवर्षी त्याच्यात सुधारणा घडवून आणण्यासाठी शृंगारपुर यैथे कैद करण्यात आले. त्याची देखभाल करण्याची जबाबदारी उमाजी पंडितावर होती. त्यानंतर त्याला समर्थ रामदासाच्या मार्गदर्शनाखाली ठेवण्यात आले. परंतु त्याच्या वागण्यात कसलाही बदल झाला नाही. कदाचित शिवाजी महाराज याच आघाताने आजारी पडले असावेत.

या आजारपणातून ते काही दिवसातच (१६७६ च्या सुरूवातीला) पूर्णपणे बरे झाले होते. त्यानंतर शिवाजी महाराजांनी दक्षिण भारतात आपला साम्राज्य विस्तार करण्यावर विशेष भर दिला.

प्रकरण आठवे

दक्षिणेकडे विस्तार

राज्याभिषेकानंतर शिवाजी महाराजांकडे जवळ-जवळ दोनशे मैल लांब तसेच त्यापेक्षा कमी रूंदीचे राज्य होते. इतका की सगळ्या महाराष्ट्रावर त्यांची सत्ता नव्हती. त्यांचं अधिकृत राज्य देखील सगळीकडून शत्रूंने घेरलेले होते. उत्तरेला विशाल मोगल साम्राज्य तसेच पूर्व आणि दक्षिणेला विजापुर आणि गोवळकोंडा होते, पश्चिमी किनाऱ्यावर पूर्तगाली तसेच सिद्दी आणि इतर राज्य मिळून संकट उत्पन्न करू शकत होते. उत्तरेला मोगलांचे प्रचंड सैन्य व्यवस्था होती, शेवटी १६७६ च्या सुरूवातीला त्यांनी आपल्या राज्याचा दक्षिणेकडे विस्तार करण्याचा निश्चय केला.

कोपबल वर अधिकार

दक्षिणेतत्त्कृष्णा आणि तुंगभद्रेच्या दरम्यान वसलेल्या प्रदेशावर विजापुरचा अधिकार होता. तेथिल शासन व्यवस्था कोपबल नावाच्या किल्ल्यावरून संचलीत होत होती. दोन अफगाणी हुसैन खान मियाना तसेच अब्दूलरहीम खान या किल्ल्याचे रक्षक होते. याला दक्षिणेचे द्वार म्हणण्यात येत होते. या प्रदेशातील हिंदू जनतेने अफगाण्यांच्या अत्याचारापासून आपली सुरक्षा करण्यासाठी शिवाजी महाराजांकडे विनंती केली. इकडे त्यापूर्वीच गोवळकोंड्याच्या शासकाने करारासाठी शिवाजीं महाराजांना आमंत्रीत केले होते. तात्पर्य, तिकडे जाताना या दोन अन्यायी सत्ताना धडा शिकवणे शिवाजीं महाराजांनी उचित समजले. त्यासाठी हंबीरराव मोहिते तसेच धनाजी जाधवांच्या नेतृत्त्वाखाली दोन फौजा पाठविण्यात आल्या. या सैन्याने कोपबल वर आक्रमण केले. घनघोर संघर्षानंतर मराठे विजयी झाले. अब्दूलरहीम खान मारल्या गेला. तसेच हुसैन खानाला कैद करण्यात आले. अशाप्रकारे विजापुरचा हा प्रदेश शिवाजी महाराजांच्या ताब्यात आला.

गोवळकोंडासोबत तह

विजापुर तसेच गोवळकोंडा या दोन्ही शासन सत्तेसाठी १६७२ चे वर्ष मोठेच दुर्दैवी ठरले. कारण याच वर्षी २१ एप्रिलला गोवळकोंड्याचे शासक अब्दुलाचे तसेच

२४ नोव्हेंबरला विजापुरच्या सुलतान आदिलशहाचा मृत्यू झाल्यानंतर दोन्ही राज्यावर संकटाचे काळी ढगं फिरू लागली. गोवळकोंड्याच्या अब्दुला कुतुबशहाला एक पुत्र नव्हता. शेवटी त्याचे थोरले जावई सय्यद अहमदने स्वतः सत्ता ताब्यात घेण्याचा प्रयत्न केला. परंतु मुख्य सेनापतीने सुलतानाच्या धाकट्या जावयाला अब्दुल हसनला मदत केली. परिणामी अबुल हसन सुलतान बनला. परंतु शासनाची खरी सूत्रे सेनापती सय्यद मुजफ्फर यांच्या हाती होती. सय्यद मुजफ्फर अत्याचारी शासक म्हणून सिद्ध झाला. शेवटी मदन पंत उर्फ मदन्नाच्या मदतीने अब्दुल हसने त्याला पदच्यूत केले आणि संपूर्ण सत्ता आपल्या हातात घेतली. त्यानंतर मदन्नला पंतप्रधान करण्यात आले. तसेच सूर्यप्रकाश ही उपाधी देण्यात आली. यामुळे तेथिल राज्यात हिंदु तसेच मुसलमान असे दोन गट बनले. तरीपण मदन्नने अंत्यत कुशलतेने दहा वर्षापर्यंत हे पद सांभाळले.

दक्षिणेकडे शिवाजी महाराजांचा सावत्र भाऊ एंकोजीने देखील आपले राज्य स्थापन केले होते. (याची चर्चा सविस्तर करण्यात येईल) त्याचे आपले मंत्री रघुनाथ पंत यांच्यासोबत मतभेद झाले होते. रघुनाथ पंताने एंकोजी यांची सेवा करणे सोडून दिले. नंतर तो मदन्नाच्या आश्रयाला गेला. दोघे हिंदूच्या उज्ज्वल भविष्याचे स्वप्न पाहू लागले. गोवळकोंड्याची परिस्थिती यावेळी डळमळीतच होती. शेवटी या दोघांनी शाहला देखील यासाठी सहमत केले की आपल्या सुरक्षेसाठी शिवाजी महाराजांसोबत तह करायला हवा. शाहला त्या दोघांनी शिवाजी महाराजांना भेटायला सहमत केलेच.

या चर्चेत दोन्हीकडील दुतांचे अदान-प्रदान झाले. प्रथम गोवळकोंड्याचा शाह अफजल खान तसेच शाइस्तेखानाच्या प्रसंगावरून शिवाजी महाराजाला भेटायला घाबरू लागला होता. शिवाजी महाराजांचा दूत प्रल्हाद निराजीने धर्माची शपथ घेवून शाहला विश्वास दिला की शिवाजी महाराज त्यांच्यासोबत विश्वासघात करणार नाही. मदन्नाने देखील प्रल्हाद निराजीचे समर्थन केले. शेवटी शाह तयार झाला.

शिवाजी महाराज - कुतुबशहा भेट

सुरूवातीला तर शिवाजी महाराज देखील शाहला भेटायला संकोच करीत होते. १६७६ मध्ये त्यांनी शाहला भेटण्याची तयारी केली. परंतु जाताना बहाणा केला की ते आपला सावत्र भाऊ यांच्यासोबत वडिलोपार्जित संपत्ती संबंधी चर्चा करायला जात आहेत. शिवाजी महाराज आपले विश्वासपात्र सरदार-नेताजी पालकर, हंबीरराव मोहिते, येसाजी कंक, आनंदराव मकाजी, मानाजी मोरे, सूर्याजी मालुसरे, निलाप्रभु पारसनिस, दत्ताजी वाकेनवीस, बाळाजी आवजी आदीसोबत एक फौज घेवून

गोवळकोंड्याकडे निघाले. कदाचित जाताना त्यांनी दापोलीच्या जवळ केळसीत राहाणारे बाबा याकुब नावाच्या मुस्लिम फकीर तसेच बिगुलाच्या मौनी बाबाचा आशीर्वाद देखील घेतला. गोवळकोंड्याच्या राजधानीत पोहोचल्यावर सैनिकाना सक्त ताकीद देण्यात आली की कोणाच्याही संपत्तीला हात लावल्या जाणार नाही तसेच कोणत्याही स्रीसोबत कोणीही दुर्व्यवहार करणार नाही. तात्पर्य, पाच हजार सैनिक पूर्णपणे स्वयंशासीत राहिले.

गोवळकोंड्याचा शाह स्वतः शिवाजी महाराजांच्या स्वागतासाठी येऊ इच्छित होता, परंतु शिवाजी महाराजांनी नम्रतापूर्वक निरोप पाठविला की "आपण वयाने मोठे आहात, म्हणून आपण पुढे होवून स्वागत करणे ठीक होणार नाही." म्हणून मदन्ना, त्याचा भाऊ अकन्ना तसेच इतर काही मोठे सरदार शिवाजी महाराजांच्या स्वागतासाठी नगरापासून दहा-बारा मैल पुढे आले आणि शिवाजी महाराजांना राजधानीत आणले. शिवाजी महाराजांच्या स्वागतासाठी राजधानीला नव्या नवरीप्रमाणे सजवण्यात आले. रस्त्याना कुंकम केसरने रंगविण्यात आले. सर्वत्र फुलांच्या माळा तसेच पताका लावण्यात आल्या. लाखो नागरीक सुंदर वस्त्र आणि आभूषणाने सजून धजून शिवाजी महाराजांच्या स्वागतासाठी उभी होती.

शिवाजी महाराजांच्या सैन्याने देखील आजसाठी खास प्रकारचे कपडे परिधान केले होते. काही विशेष सैनिकांसाठी जरीदार वस्त्र मागविण्यात आली होती. त्यांच्या पगडीला मोत्याच्या लडी तसेच हातात सोन्याचे कडे होते. ते शिवाजी महाराजांची वीरतापूर्ण गाथा गोवळकोंडवासी अगोदरच ऐकूण होते. तात्पर्य, सगळेजण त्यांच्या स्वागतासाठी उत्सूक होते, सर्वांच्या नजरा सेनापती, मंत्री तसेच अंगरक्षकांनी घेरलेल्या प्रसन्नचित्त, रेखीव शरिराच्या शिवाजी महाराजांवर होत्या. लोक त्यांचा जयजयकार करीत होते. स्रियां त्यांच्यावर फुलांचा वर्षाव करीत होत्या. ठिकठिकाणी त्यांना ओवाळण्यात येत होते, शिवाजी महाराजांनी प्रत्येक मोहल्ला प्रमुखाला वस्त्र-आभूषणे भेट दिले तसेच जनतेत मोहरा वाटल्या.

शेवटी शिवाजी महाराज कुतुबशाहच्या राजमहाली पोहोचले, सर्व शांतपणे उभे राहिले. शिवाजी महाराज केवळ आपल्या पाच सहकार्यासोबत आत गेले. शाह त्यांच्या स्वागतासाठी प्रवेशद्वारापर्यंत आला. दोघांनी गळाभेट घेतली. शाहने त्यांच्या हाताला धरून त्यांना आपल्या जवळ बसवले. मंत्री मदन्ना जमिनीवर बसला. इतर मंडळी उभी होती. महालातील राण्या मोठ्या उत्सूकतेने अंतः पुरातील जाळीमधून शिवाजी महाराजांकडे पहात होत्या. तीन तास चर्चा चालली. शाहने शिवाजी महाराजांच्या तोंडून त्यांच्या जीवनातील आश्चर्यकारक घटना ऐकल्या. नंतर शाहने स्वतःच्या हाताने शिवाजी महाराजांना

पान-अत्तर दिले. त्यांच्या मंत्र्यांना वस्त्र, -आभूषण, हात्ती-घोडे, आदी देण्यात आले. तेथून शिवाजी महाराज आपल्या निवासस्थानी आले, त्यावेळी शाह स्वतः त्यांना निरोप देत महालाच्या शिडीपर्यंत आला.

तहाचे स्वरूप

या सर्व औपचारीक आदरातिथ्यानंतर तहाचे स्वरूप ठरविण्यात आले. या तहाच्या अटी पुढील प्रमाणे होत्या.

१. गोवळकोंड्याचा शाह दररोज शिवाजी महाराजांना पंधरा हजार रूपये देईल तसेच त्याच्या सेनापतीच्या नियंत्रणाखाली पाच हजार सेना, गोळा-तोफा आदीसहित शिवाजी महाराजांना कर्नाटक जिंकण्यासाठी मदत केली जाईल.

२. कर्नाटक जिंकल्यानंतर जो प्रदेश आधी शिवाजी महाराजांचे पिता शहाजी यांच्या नियंत्रणाखाली होता; तो सोडून उर्वरित प्रदेश गोवळकोंड्याला दिला जाईल.

३. गोवळकोंड्यावर मोगलांचे आक्रमण झाल्यावर शिवाजी महाराज तात्काळ सैन्य घेवून गोवळकोंड्याच्या मदतीला धावतील.

४. गोवळकोंडा शिवाजी महाराजांना पाच लाख रूपये दरवर्षी कर स्वरूपात देईल.

हा तह गुप्त स्वरूपात झाला. परत येताना शाहने शिवाजी महाराजांना अनेक प्रकारचे भेट वस्तू दिल्या. त्यांच्या घोंड्याला देखील हीरे आणि मोत्याच्या माळा घातल्या. शाह आणि शिवाजी महाराजांच्या भेटीची एक रंजक घटना उल्लेखनीय आहे. एका दिवशी कुतुबशाहने शिवाजी महाराजांना विचारले, “आपल्याकडे किती हत्ती आहेत?” आपल्या हजारो मावळ्याकडे बोट करीत म्हणाले, “हे आहेत माझे हत्ती?” त्यावर शाहच्या एका मस्तवाल हत्तीसोबत तलवारीने येसाजी कंक यांचे युद्ध झाले. येसाजीने त्या हत्तीचा सामना करीत त्यांची सोंड तलवारीने उडवली. हत्ती घाबरून पळून गेला.

श्रीशैल दर्शन

मार्च १६७७ च्या शेवटी शिवाजी महाराजांनी गोवळकोंड्याची राजधानीपासून निघत दक्षिणेकडील निवृत्ती संगमला जावून स्नान केले. येथून त्यांनी आपली सेना अनंतपुरला पाठवली आणि स्वतः निवडक अंगरक्षकासहित श्रीशैलच्या दर्शनासाठी निघाले. हे ठिकाण कर्नुलपासून सत्तर मैल पूर्वेला कृष्णा नदीपासून एक हजार फुटांच्या उंचीवर एक सपाट भूमिवर आहे. श्रीशैलमध्ये भगवान शंकराच्या बारा ज्योर्तिलिंगापैकी

एक लिंग आहे. ज्याला मल्लिकार्जुन म्हणण्यात येते. इथे शिवाजी महाराजांनी पूजा-अर्चना, दान-पुण्य आदी कर्म केले.

इथे एक मंदीर भवानी मातेचे पण आहे. असे म्हणतात की शिवाजी महाराज इथे भवानीसमोर आपली शरीर अर्पण करायला तत्पर होते. ते तलवार काढून आपले शीर उडवणारच होते तोच भवानी प्रकट झाली, तिने शिवाजी महाराजांच्या हातून तलवार हिसकावली आणि म्हणाली की, "बेटा! तुला मोक्ष मिळणार नाही. असे करू नकोस, अजून तुला खूप कार्य करायची आहेत." असे म्हणत भवानी अंतर्धान पावली.

हे ठिकाण शिवाजी महाराजांना खूप रमणीय वाटले. शेवटी २४ मार्च ते १ एप्रिलपर्यंत ते याच ठिकाणी राहिले.

जिंजीवर अधिकार

श्रीशैल ते नंदलाल, कडप्पा, तिरूपती आणि कलहस्तीवरून येत शिवाजी महाराज मद्रासला पोहोचले. इथे तिरूपती मंदीराच्या दर्शनानंतर त्यांनी मे च्या पहिल्या आठवड्यात पाच हजार सैनीक जिंजीवर आक्रमण करण्यासाठी पाठविण्यात आले. सैन्याने किल्ल्याला वेढा टाकला. किल्लेदार नसीर मुहम्मद खानाला काही धनराशी तसेच पन्नास हजार रूपये वार्षीक उत्पन्नाची जहागीर देण्याचे वचन देण्यात आले. शेवटी त्याने हा अजय किल्ला १३ मे ला मराठ्यांकडे सोपवला. बातमी ऐकल्यावर शिवाजी महाराज तात्काळ जिंजीला पोहोचले. किल्ल्याची जुनी भिंत पाडून तिला मजबूत बांधण्यात आली. रायजी नगले यांना नवीन किल्लेदार म्हणून नियुक्त करण्यात आले तसेच विठ्ठल पिळदेव अत्रेला या भागाचा नवा राजस्व व्यवस्थापक बनवले. कर्नाटक क्षेत्राच्या शासनाचे केंद्र जिंजीला बनवण्यात आले. शेवटी इथे विजापुर शासनाचे समस्त चिन्ह मिटवून नवीन निर्माण करण्यात आले.

वेल्लौर आणि वलीगंडापुरमवर अधिकार

जिंजी ताब्यात आल्यावर २३ मे ला शिवाजी महाराजांनी वेल्लौरला प्रस्थान केले. हा किल्ला देखील जिंजी समानच अजय होता. यावर विजापुरचा एक अधिकारी हब्शी अब्दुला खान चे वर्चस्व होते. मराठ्याने वेल्लौर किल्ल्याला वेढा घातला. हा किल्ला जिंकणे सोपे नव्हते. या जवळच्या दोन पहाडावर शिवाजी महाराजांच्या सैन्याने ताबा घेतला. जवळ-जवळ १४ महिन्यापर्यंत दोन्ही बाजूने तुंबळ युद्ध झाले. किल्ल्याच्या आतील पाचशे सैनिकापैकी केवळ शंभरच वाचू शकले. बाकीचे मारल्या गेले. किल्लेदाराची खात्री पटली की आता बाहेरून मदत मिळणे शक्य नाही. शेवटी त्याला दिड लाख

रूपये तसेच तितक्यात उत्पन्नाची जहागीर देण्याचे दिल्यावर त्याने जुलै अथवा ऑगस्ट १६७६ मध्ये हा किल्ला मराठ्यांच्या ताब्यात दिला.

विजापुर राज्याचा एक पठाण सरदार शेर खान लोदीने एका मोठ्या भू-भागावर ताबा मिळवला होता. तो स्वतः त्रिचनापल्ली जवळ वल्लीगंडापुरम येथे रहात असे. शेर खान लोदी एक अपात्र शासक होता आणि आपल्या ब्राह्मण मंत्र्याच्या मदतीने शासन चालवत होता. या मंत्र्याने त्याला एक गोष्ट पटवली होती की शिवाजी महाराज त्याचं काही वाकडे करू शकत नाही. असे असले तरी त्याचे पांडेचेरीचे प्रशासक मार्टीनने त्याला सांगितले होते की त्याने शिवाजी महाराजांपासून सावध असले पाहिजे.

ज्यावेळी वेल्लौरला मराठ्यांनी वेढा दिला होता, शिवाजी महाराजांच्या लक्षात आले होते की ही लढाई दीर्घ चालेल. शेवटी हे काम आपल्या इतर सेनापतीवर सोपवून ते स्वतः शेर खान मोदीचा समाचार घ्यायला बाहेर पडले. लोदीने आपल्या समस्त सैन्यासाहित तिरूवाडीजवळ शिवाजी महाराजांचा सामना केला. छोट्या-मोठ्या युद्धानेच लोदी भयभीत होवून पळ काढू लागला. तो पळून तिरुबाडीच्या किल्ल्यात लपला. तेथून ते कुड्डालौर येथे आश्रय घेण्यासाठी तो रात्रीच लपून पळला आणि तेथून शंभर सैनिकांना सोबत घेऊन बावीस मैल अंतरावरील भुवनगिरी पाट्टन नावाच्या एका छोट्या किल्ल्यात लपला. त्याचे पाचशे घोडे, दोन हत्ती, वीस उंट आदी मराठ्याने हिसकावले. त्यामुळे शिवाजी महाराजांचा त्याच्या राज्यातील अनेक शहरावर आणि किल्ल्यावर आपोआपच ताबा मिळाला. विवश होवून ५ जूलै १६७७ ला त्याने शरणांगती पत्करली. तो स्वतःहून शिवाजी महाराजांना भेटायला आला तसेच आपल्या मुक्तीसाठी शिवाजी महाराजांना एक लाख रूपये देण्याचे वचन दिले. बरीच रक्कम त्याचवेळी दिली तसेच उर्वरित रक्कम देईपर्यंत आपल्या पुत्राला शिवाजी महाराजांकडे कैद म्हणून ठेवण्यात आले. उवरित रक्कम १६७८ ला दिल्यावर त्याच्या पुत्राला मुक्त करण्यात आले. शेर खानाने रिकाम्या हाताने मदुरेत आश्रय घेतला तसेच कर्नाटकच्या तुंगभद्रेवरून कावेरीपर्यंतचा सांगरी भाग शिवाजी महाराजांच्या ताब्यात आला.

लक्षात घेण्याजोगी गोष्ट ही आहे की गोवळकोंड्यासोबत झालेल्या तहानुसार जिंजी गोवळकोंड्याला द्यायला हवी होती. परंतु शिवाजी महाराजांनी असे केले नाही. परिणामी गोवळकोंड्याने त्यांना दररोज पंधरा हजार रूपये देणे बंद केले. मग शिवाजी महाराजांनी शहरातील श्रीमंत लोकांची एक यादी तयार केली. मोठ-मोठ्या धनाड्यांना पत्र लिहून दहा लाखाचे कर्ज मागितले. खरे तर हे कर्ज नसून त्यांच्याकडील कर वसुली होती? कर वसूल करायला गेलेल्या शिवाजीच्या सैनिकांनी त्यांच्याजवळ कवडीसुद्धा शिल्लक ठेवली नाही.

वडिलोपार्जित संपत्तीचा वाद आणि उपाय

शहाजीला दोन राण्या होत्या. जिजाबाई तसेच तुकाबाई. जिजाबाईना दोन पुत्र होते. संभाजी आणि शिवाजी महाराज. तुकाबाईने एक पुत्र एंकोजीला जन्म दिला होता. त्याला व्यंकोजी असेही म्हणत. सन १६५४ मध्ये विजापुरचे एक विद्रोही सरदार पालेकर आप्पा खानाला दडपण्यासाठी एंकोजी आणि संभाजीला पाठविण्यात आले. या युद्धात संभाजीला वीर मरण आले. म्हणून शहाजीचे शिवाजी महाराज आणि एंकोजी असे दोनच पुत्र शिल्लक राहिले.

दादोजी कोंडदेव तसेच नारोपंत त्र्यंबक हनुमंते शहाजीचे परम विश्वासपात्र सेवक होते. दादोजीला शहाजीने शिवाजी महाराजांचा सांभाळ करण्यासाठी पाठविले होते. नारोपंताचा मृत्यू झाल्यानंतर त्याचे मोठे बंधू जनार्धन पंताला शहाजीने शिवाजी महाराजांकडे पाठविले आणि धाकटा पुत्र रघुनाथ पंत कर्नाटकात शहाजीच्या सेवेत होता. एंकोजी आपल्या वडिलासोबतच राहिला. शहाजीच्या मृत्यूनंतर देखील रघुनाथ पंतानी एंकोजीची पूर्वीसारखीच सेवा केली. इकडे एंकोजीने विजापुरचा प्रदेश तंजावरला एक प्रकारे आपल्या ताब्यात घेतले होते. १७ मार्च १६७५ ला त्याने आपला राज्याभिषेक करून घेतला. हे माहीत नाही की त्याच्या या राज्याभिषेकाचा अर्थ विजापुरपासून स्वतंत्र असणे होते की नाही. त्यानंतर लवकरच रघुनाथ पंत (जो एंकोजीचा मंत्री होता) आणि एंकोजीत विवाद झाला. डॉ. यदुनाथ सरकारच्या मते रघुनाथ पंत शहाजीच्या काळापासूनच एंकोजीचा उजवा हात म्हणून कर्नाटकाचे शासन चालवत होता. वय झाल्याने एंकोजीने त्याच्याकडे राज्याचा हिशोब मागितला. इतक्या काळात रघुनाथ पंताने बरीच माया जमवली होती. ईर्षेमुळे इतर मंत्र्यांनी ही गोष्ट एंकोजीला सांगितली. हेच या विवादामागचे कारण होते. रघुनाथ पंताने एंकोजीकडे काशीला जाण्याची परवानगी मागितली. परवानगी मिळाली, परंतु तो काशीला न जाता विजापुरला गेला. त्यानंतर तो गोवळकोंड्याचा पंतप्रधान मदन्नाच्या संपर्कात आला. याचा उल्लेख गोवळकोंड्याच्या तहाच्या वेळी झालेला आहे.

शेर खान लोदीचा बंदोबस्त करून शिवाजी महाराजांनी आपला सावत्र भाऊ एंकोजीला भेटायचे ठरवले. ते तंजावरकडे निघाले तसेच या ठिकाणापासून दहा मैल अंतरावर उत्तरेला तिरूमवाडी येथे आपली छावणी उभारली. येथून त्यांनी मदुर राजाकडून एक करोड रूपायाचा कर मागितला. शेवटी तीस लाखावर तडजोड झाली. रक्कम मिळाल्यावर शिवाजी महाराजांनी मदुरावर आक्रमण न करण्याचे वचन दिले.

एंकोजी आपल्या थोरल्या बंधुस भेटायला छावणीत आला. त्याच्यासोबत पेशवा जगन्नाथ पंत तसेच काही सैनिक होते, एंकोजीने शिवाजी महाराजांच्या विरोधात

विजापुरकडून अनेकदा भाग घेतला होता. परंतु शिवाजी महाराज त्याबद्दल काही बोलले नाहीत. दोन्ही बंधुनी अनेकदा एकांतामध्ये आणि सर्वांच्या समोर गापा मारल्या. सोबत भोजन केले. शिवाजी महाराज जे काही म्हणत ते एंकोजी ऐकून घेई. तो कोणत्याही गोष्टीला विरोध अथवा समर्थन करीत नव्हता. त्याच्या मनात काय होतं, त्याने स्पष्ट केलं नाही. शहाजी मृत्यूसमयी बंगलोरात होते. तात्पर्य, त्यांची समस्त संपत्ती तसेच कर्नाटकची जहागीर एंकोजीच्या ताब्यात होती. शिवाजी महाराजांनी त्यातील हिस्सा आपणास मिळावा म्हणून एंकोजीला पत्र देखील पाठवले होते. त्याच्या उत्तरादाखल त्यानी इतकेच लिहिले होते, "आपली आज्ञा शिरोधार्य आहे"

या भेटीत शिवाजी महाराजांनी त्या संपत्तीत आपला वाटा मागितला. बहुधा मोठा भाऊ असल्याच्या नात्याने शिवाजी महाराज तीन चतुर्थांश हिस्सा मागत होते. जो एंकोजीला मान्य नव्हता. त्यावरून शिवाजी महाराज नाराज झाले, त्यांनी एंकोजीला धमकावले. एंकोजीवर दबाव वाढत चालला होता. शेवटी एका रात्रीतून तो लाकडानी बनलेल्या होडीतून कोलोरून नदी ओलांडून पळून गेला, कारण त्याला माहीत होते की, शिवाजी महाराज त्याच्यासोबत नम्रतापूर्वक वागत असले तरी, त्यांच्या मनाप्रमाणेच ते करून घेतील. पळून तो तंजावरला आला. त्याच्यासोबत आलेले लोक, जे शिवाजी महाराजांच्या छावणीत थांबले होते, त्यांना कैद करण्यात आले. ही घटना जुलै १६७७ ची आहे.

सकाळी एंकोजी पळून गेल्याची बातमी ऐकून शिवाजी महाराजांना खूप वाईट वाटले. ते म्हणू लागले-"तो का पळाला? काय आम्ही त्याला पकडणार होतो? पळण्यासारखं काय होतं? आम्ही जितके मागितले तितके देण्याची त्याची इच्छा नव्हती तर तसे सांगायचे. आम्ही मागितले नसते. परंतु धाकटा तर आहेच पण बुद्धीने पण धाकटाच निघाला." एंकोजीच्या ज्या लोकांना कैद करून ठेवण्यात आले होते, त्यांना इनाम देवून सोडण्यात आले.

त्यानंतर शिवाजी महाराजांनी आपल्या व्यक्तींना एंकोजीकडे पाठवले, त्यांच्या सोबत एक पत्र देखील दिले. ज्यात स्पष्ट लिहिले होते की वडिलोपार्जित संपत्तीची वाटणी करावीच लागेल. खरोखर किती संपत्ती आहे, त्यात एंकोजीचा विचार करण्यात येईल. यावेळी मात्र एंकोजीचा खरा चेहरा समोर आला. त्यांनी या संपत्तीमधून शिवाजी महाराजांना हिस्सा देण्यास स्पष्ट नकार देत उत्तर दिले.

"जे काही आहे ते माझे वडील शहाजीने मिळवलेले आहे. ते विजापुरची सेवा करताना मिळवलेलं आहे. ज्यांच्यासाठी शिवाजी नेहमीच एक विरोधी आणि राजद्रोही राहिलेले आहेत. असे वागून त्यांनी वडिलांना दुःखी केले होते. ही सेवा करून मिळवलेली

संपत्ती वगळता दुसरी कोणतीही वडिलोपार्जित संपत्ती नाही. मी आज देखील विजापुरचा राजभक्त सेवक आहे. दरबाराच्या आज्ञा पाळण्यास बांधील आहे."

उघड होते की एंकोजी थोरल्या भावाबद्दल सद्भावना ठेवण्याऐवेजी त्यांच्यासोबत युद्ध करू इच्छित होता. त्याने शिवाजी महाराजांसोबत युद्ध करण्यासाठी मदुरा आणि म्हैसुरकडे मदत पण मागितली तसेच शिवाजी महाराजांसोबत घडलेला वृंतात विजापुर दरबारालाही कळवला. परंतु या संदर्भात दरबाराकडून कसलाही प्रतिसाद मिळाला नाही.

शिवाजी महाराज दहा महिन्यापासून आपल्या राज्याच्या बाहेर होते. त्यांना ही पण खबर लागली होती की मोगल सुभेदाराने विजापुरसोबत हात मिळवणी करून गोवळकोंड्यावर आक्रमण केले आहे. गोवळकोंड्यासोबत शिवाजी महाराजांचे मैत्रीचे नाते होते. शेवटी शिवाजी महाराजांनी आपल्या राज्यात परतण्याचा निर्णय घेतला. बहिरराव मोहिते, हंबीरराव आणि राघुनाथ पंताना एक मोठी फौज घेऊन दक्षिणेत पाठवले, यामुळे की ते एंकोजीसोबत तडजोड करू शकतील. आणि स्वतः २७ जुलैला कोलेरून नदी ओलांडून महाराष्ट्रात परतले. परतीच्या प्रवासात त्यांनी कावेरीच्या उत्तरेला अर्नी, कोलार, होस्कोट, बंगलोर, बाळापुर आणि शीरा जिल्ह्याच्या विस्तृत भूभागावर अधिकार मिळवला. जो एंकोजीच्या ताब्यात होता. तिथे राज्य करण्यासाठी आपल्या नवीन अधिकाऱ्यांना नियुक्त केले.

परत जाताना शिवाजी महाराज पोहोचल्यावर त्यांना एंकोजीच्या आक्रमणाची बातमी समजली. १६ नोव्हेंबर १६७७ ला एंकोजी ने चौदा हजार सैन्य घेवून वल्लीगंडापुरमवर आक्रमण केले. दिवसभर युद्ध छेडल्यानंतर शिवाजी महाराजांचे सैन्य पराभूत झाले. रात्री ज्यावेळी एंकोजी यांचे विजयी सैन्य आपल्या छावणीत आराम करीत होते. त्यावेळी शिवाजी महाराजांच्या सैन्याने अचानक त्यांच्यावर आक्रमण केले. एंकोजीचे सैन्य त्यांचा प्रतिरोध करू शकले नाही. त्याच्या काही अधिकाऱ्यांना पकडण्यात आले तसेच इतर सैन्य पळून तंजावरला गेले. ही बातमी समजल्यावर शिवाजी महाराजांनी आपल्या बंधुला १ मार्च १६७८ पुढीलप्रमणे पत्र लिहिले-

"देवी आणि देवतांची माझ्यावर कृपा आहे. त्यांच्या वरदानामुळेच तुर्की लोकांचा पराभव करू शकलो. त्याच तुर्कांची मदत घेवून मला पराभूत करण्याची आशा तू कशी करू शकतोस? तू इतकी मजल गाठायला नको होती की, प्रत्यक्ष माझ्यासोबत युद्ध! दुर्योधनाप्रमाणेच तुझे विचार झाले आहेत. ज्यामुळे विनाकारण रक्तपात झाला आहे. परंतु जे घडले ते घडले. जे घडले आहे त्यातून तू धडा घ्यायला हवास आणि आपला हट्ट सोडायला हवास. तू गेल्या तेरा वर्षापासून वडिलोपार्जित संपत्ती स्वतःच्या ताब्यात

ठेवली आहेस आणि आता मी बळाचा वापर करून माझा हिस्सा मिळवला आहे. कृपा करून अर्नी, बंगलोर, कोलार, होस्कोट, शिराल कोट (शिरा) आणि तंजावर सहित इतर लहान-मोठे जिल्हे माझ्या अधिकाऱ्यांच्या स्वाधीन कर. रोकड, दागिने, घोडे, हत्ती आणि इतर संपत्तीचा अर्धा हिस्सा देवून टाक तसेच माझ्यासोबत तडजोड कर. मी तुला तुंगभद्रा आणि पन्हाळा या दरम्यानचा तीन लाख होन वार्षीक उत्पन्नाची जहागीर देईल. अथवा तुला माझ्याकडून भेट म्हणून हवी असेल तर कुतुबशाहला विनंती करील की, तुला त्यांच्या राज्यातील अशीच एखादी जहागीर मिळेल. अशाप्रकारे तुझ्यासमोर दोन पर्याय आहेत. बाकी इच्छा तुझी. आपला हट्ट सोडून दे आणि हा कौटुंबिक विवाद संपवून टाक. निराश होणे चांगली गोष्ट नाही. तुझा थोरला भाऊ या नात्याने तुझ्यासोबत नेहमीच प्रेमाने वागलो आणि आता पण त्याच भावनेने तुझ्या कुशलतेची कामना करतो. तू जर डोके ठिकाणावर ठेवून माझ्या प्रस्तावाचा स्वीकार केलास तर तुला निश्चितच सुख आणि समाधान मिळेल. असे जर करू शकला नाहीस तर तू तुझ्या हाताने तुझ्या दुःखात वाढ करशील, मग तुला वाचवणे माझ्या हातात राहाणार नाही.”

एंकोजीवर या पत्राचा देखील काही परिणाम झाला नाही. तो ठरवू शकत नव्हता की काय करायला पाहिजे? अशा वेळी त्याची पत्नी दिपाबाईने अंत्यत हुशारीने काम केले. तिने आपल्या पतीला या साठी सहमत केले की शिवाजीला सहकार्य करण्यातच त्याचे हित आहे, दिपाबाईने एंकोजीच्या मुसलमान सल्लागाराला काढून टाकले आणि पतीला आग्रह केला की त्यांनी अगोदरचे मंत्री रघुनाथ पंत यांना दोघांनी मिळून वडिलोपार्जित संपत्तीचा विवाद निस्तारला. तो प्रस्ताव शिवाजी महाराजांकडे पाठविण्यात आला. हा प्रस्ताव पाहून शिवाजी महाराज अंत्यत खूश झाले. त्यांनी दिपाबाईच्या भूमिकेचे तोंड भरून कौतूक केले.

या तडजोडीत एकूण एकोणीस कलमे होती. त्यात सहावे, बारावे, पंधरावे, सोळावे, सतरावे तसेच एकोणीसावे कलम अंत्यत महत्त्वाचे होते. ज्याबद्दल पुढे माहिती दिली आहे.

६ व्या कलमानुसार कोणत्याही दुष्ट अथवा हिंदू धर्माच्या विरोधकाला राज्यात राहाण्याची आज्ञा नव्हती. अशा व्यक्तिला सरकारच्या सर्व सरकारी सेवापासून दूर ठेवण्याचे प्रावधान होते.

बाराव्या कलमात म्हटले होते की ज्यावेळी वडिलाच्या मध्यस्तीने १६६२ मध्ये आपणा दोघांत (शिवाजी आणि आदिलशहा) शांती करार झाला. तेव्हा त्यात स्पष्ट उल्लेख होता की आपण दोघे (शिवाजी महाराज आणि ऐकांजी) पैकी कोणीही त्या राज्याची (विजापुरची) सेवा करणार नाही. गरज पडल्यास आपण हितकचिंतक म्हणून

त्याची मदत करू. सेवक म्हणून नाही. या कराराचे आपण भविष्यात पालन करायला हवे, म्हणून एंकोजीने स्वतःला विजापुराचा सेवक समजू नये. बोलावल्यास तो पाच हजार सैनिकासह त्याची मदत करू शकतो. त्याला समस्त सरदार तसेच शासकावर आपले अधिपत्य लागू करायला हवे.

पंधरावे कलम- आम्ही (शिवाजी महाराज) बंगलोर, होस्कोट आणि शीराचे दोन लाख होन वार्षीक उत्पन्नाचे क्षेत्र आधीच जिंकले आहेत. चांगली व्यवस्था झाल्यावर हे उत्पादन पाच लाख होवू शकतं. आम्ही याला स्वच्छेने आपल्या बंधुची पत्नी दिपाबाईला प्रदान करीत आहोत. एंकोजी त्याची देख-भाल करू शकतो. परंतु तिच्यावर त्याचा काही अधिकार असणार नाही. दिपाबाईच्या मृत्यूनंतर ती हे तिच्या मुलीला किंवा ती तिच्या इच्छेप्रमाणे कोणालाही देवू शकते.

सोळावे कलम- आम्ही (शिवाजी महाराज) सात लाख होन उत्पन्नाचे तंजावर तसेच त्याच्या जवळचे जिल्हे एंकोजीकडून जिंकून घेतले आहेत. आम्ही ते त्याला परत करीत आहोत. त्यावर त्याचा स्वतंत्र अधिकार असेल.

कलम सतरा- आम्ही रघुनाथ पंताला एक लाखाचा प्रदेश देत आहोत. आम्ही ते त्याला परत करीत आहोत, त्यावर त्याचा स्वतंत्र अधिकार असेल.

कलम एकोणीसावे- आमचे वडील शहाजीच्या समाधीची व्यवस्था एंकोजी पाहिल.

या तडजोडीने दोन भाऊ-बंधात उद्‌भावलेला वाद एकदाचा शमला. परंतु आपले स्वातंत्र्य संपल्याचे एंकोजीला खूप दुःख झाले. शिवाजी महाराजांनी पाठविलेल्या कर्मचाऱ्यानी त्याची संपूर्ण संपत्ती जप्त केली. ते प्रशासकीय कामातही शिवाजी महाराजांचा कोणताही सल्ला घेत नसत. यामुळे खिन्न होवून एंकोजी विरक्तासारखा झाला. त्याने इकडे-तिकडे जाणे बंद केले. हे समजल्यावर शिवाजी महाराजांनी त्याला सहानुभूतीपूर्वक पत्र लिहिले. त्यानंतर काय झालं असतं. पण दुर्दैवाने तीन महिन्यानेच शिवाजी महाराजांचे महानिर्वाण झाले.

प्रकरण नववे

सान्ध्य बेला

कर्नाटकाच्या अनेक भूभागावर ताबा मिळविल्यावर मराठा राज्य एक खऱ्या अर्थाने सुसंघटीत राज्य बनले. त्याच्या सुरक्षेसाठी पुरेसा प्रयत्न करण्यात आले. अनेक उत्साही मराठा तरूणांना याच स्थिरतेसाठी योग्य ते प्रशिक्षण देण्यात आले. हंबीरराव, जनार्धन पंत, संताजी भोसले, संताजी घोरपडे, धनाजी जाधव आदींना कर्नाटक अभियानात हे राजकीय शिक्षण प्राप्त झाले. त्यांनी आपल्या कुशलतेने कर्नाटकात सुव्यवस्था प्रस्थापित केली. मराठा शासनाच्या धोरणाने कर्नाटकचे जागीरदार, सरदार तसेच जनता सर्वांनाच अत्यानंद झाला. शेवटी त्यांनी शिवाजी महाराजांच्या सत्तेचा मनापासून स्वीकार केला.

कर्नाटक मोहिमेवरून शिवाजी महाराज महाराष्ट्रात परतले. या परतीच्या प्रवासात कनाडा बालाघाटाला लुटले. या लुटीच्या क्रमात ते बेळगाव किल्ल्याच्या तीस मैल दक्षिणेस बेलवाडी नावाच्या ठिकाणी पोहोचले. येथिल जमीनदाराने शिवाजी महाराजांच्या सैन्याचे काही सामान, कामाचे बैल हिसकावले. शिवाजी महाराजांनी बेलवाडीच्या किल्ल्याला घेरले. या किल्ल्यावर बेलवाडीचे माजी जहागिरदाराची विधवा सावित्रीबाईची सत्ता होती. या महिलेने महान विजयी शिवाजी महाराजांच्या सैन्यासोबत सत्तावीस दिवस अंत्यत शौर्यने लढा दिला. शेवटी किल्ल्यापर्यंत खाद्यान्न तसेच युद्ध सामग्री न पोहचू शकल्याने विवश होवून सावित्रीबाईने आत्मसर्मपण केले. परिणामी बेलवाडीवर शिवाजी महाराजांची सत्ता झाली.

संभाजीचा द्रोह

संभाजी छत्रपती शिवाजी महाराजांचा जेष्ठ पुत्र होता. आपल्या अभिषेकात शिवाजी महाराजांनी त्याला राजपुत्र म्हणून घोषित केले होते. त्याचा जन्म १४ मे १६५७ ला झाला होता. त्याच्या जन्माच्या दोन वर्षानंतर त्याची आई सईबाईचा मृत्यू झाला होता. नऊ वर्षांचा असताना तो आपल्या वडिलांसोबत औरंगजेबाला भेटायला आगऱ्यात गेला होता. जिथे दोघांनाही कैद करण्यात आले होते आणि शिवाजी महाराजांच्या प्रयत्नाने ते दोघे पळून येण्यास यशस्वी ठरले होते. त्यानंतर तो औरंगबादेत मोगल

सैन्यात मनसबदार देखील होता. जिथे मोगल सरदाराच्या वाईट संगतीने त्याला अधोगतीकडे नेले असे असले तरी ते दिसायला देखणे, युद्ध निपूण, खेळात पारंगत आणि सुशिक्षित होते; परंतु मोगलाच्या संगतीने त्याला अनेक वाईट सवयी लागल्या होत्या.

संभाजीकडून शिवाजी महाराजांना खूप मोठ्या अशा होत्या. म्हणून शिवाजी महाराजांनी त्याच्या शिक्षणाकडे विशेष लक्ष दिले. त्याच्यासाठी केशव भट्ट पुरोहित कवी कलश सारखे शिक्षक ठेवले. त्याला राजकारणाचे धडे देखील देण्यात आले. परंतु त्यानी शिवाजी महाराजांच्या सर्व अपेक्षांचा भग केला. राज्याभिषेकानंतर शिवाजी महाराजांकडे संभाजीच्या दुर्व्यवहाराच्या बातम्या येऊ लागल्या. डफच्या मते संभाजीने एक विवाहीत ब्राह्मण स्त्रीला भ्रष्ट केले होते. कुठे शिवाजी महाराजांसारखा महान आत्मसंयमी विजेता पिता आणि कुठे संभाजी सारखा दुर्व्यवहारी पुत्र ! कधी-कधी सुंदर कसदार मातीतही काटेरी झुडूपे उगवतात. हीच गोष्ट शिवाजी महाराजांच्या घराण्यात संभाजीच्या जन्माने झाली होती. संभाजीला वळणावर आणण्याच्या उद्देशाने शिवाजी महाराजांनी १६७६ मध्ये उमाजी पंडिताच्या देखरेखी खाली शृंगारपुरात त्याला कैद करून ठेवण्यात आले. त्यानंतर त्याला समर्थ रामदासाकडे ठेवण्यात आले. परंतु त्यात काही सुधारणा झाली नाही. १६७८ मध्ये कर्नाटकाच्या विजयी मोहिमेवरून महाराष्ट्रात परतल्यावर शिवाजी महाराजांनी पााहिले की संभाजी वाईट सवयीत आकंठ बुडाला आहे. शेवटी विवश होऊन त्यांना संभाजीला कैद करावे लागले. कैद करून त्याला पन्हाळा गडावर ठेवण्यात आले.

शिवाजी महाराजांचे शत्रू त्यांच्या पुत्राला असे कुमार्गावरून चाललेलं पाहून प्रसन्न दिसत होते. आपल्या गुप्तहेरांकडून मोगल सेनापती दिलेरखानाला संभाजीला कैद केल्याची खबर मिळाली होती. त्याला त्याने योग्य संधी समजून त्याने कट-कारस्थान करायला सुरूवात केली. त्याने संभाजीला आपल्या जाळ्यात ओढण्यासाठी आपला एक गुप्तहेर पाठविला. संभाजी आपल्या वडिलांच्या कठोर शिस्तीने आधीच नाराज होता. तो दिलेरखानाच्या थापेला बळी पडला आणि १३ डिसेंबर १६७८ च्या रात्री आपली पत्नी येसूबाईला सोबत घेऊन कसा-बसा तेथून पळाला. पळाल्यावर थेट बहादुर गडावर गेला. जिथे दिलेर खानाने सैन्याची छावणी उभारली होती. दिलेरखान वाट पाहूनच होता. तो संभाजीसोबत फारच प्रेमाने वागला. त्याला आपला डाव यशस्वी झाल्याचा खूप आनंद झाला. या समस्त घडामोडीचा वृत्तांत त्याने औरंगजेबाकडे पाठविला. या बातमीने औरंगजेब प्रसन्न झाला. त्याने संभाजीला सात हजारी मनसबदारी राजाची उपाधी तसेच एक हत्ती प्रदान केला. उघडपणे संभाजीला जरीही हा सन्मान दिलेला असला तरी, औरंगजेबाने दिलेरखानाला सावध केले होते, होवू शकते की

यामागे शिवाजी महाराजांची काही चाल असू शकते.

त्यानंतर दिलेरखान तसेच संभाजीने विजापूर जिंकण्याची योजना आखली आणि दोघे विशाल सैन्य घेऊन निघाले, मार्गात त्यांनी प्रथम भुपाळगडावर आक्रमण केले. हा गड मराठा राज्याचा होता. त्यात शिवाजी महाराजांचा प्रतिनिधी फिरंगोजी नरसाळे किल्लेदार म्हणून नियुक्त होता. या किल्ल्यात विशाल कोष देखील होता. घरभेदी संभाजीने कोषाच्या संदर्भात दिलेरखानाला कळवले. फिरंगोजी हल्लेखोरांवर तोफाने हल्ला करू शकत होता. परंतु त्यात संभाजीचा मृत्यू होईल या भीतीने तो तसे करू शकला नाही. परिणामी २ एप्रिल १६७९ ला दिलेरखानाने भुपाळगडावर आपला अधिकार प्रस्थापित केला. ही बातमी मिळाल्यावर शिवाजी महाराजांना अंत्यत दुःख झाले. त्यांनी फिरंगोजीला झापले की स्वराज्यासाठी संभाजी मेला असता तरी काही हरकत नव्हती. त्यानंतर जिंकलेल्या भागात नासधूस करीत दिलेरखान आणि संभाजी विजापुरच्या दिशेने गेले.

शिवाजी महाराजांकडून विजापुरला मदत

विजापुर राज्य त्याकाळी अंत्यत दयनीय आवस्थेत होते. २३ डिसेंबर १६७७ ला पंतप्रधान बहलोल खानाचा मृत्यू झाला. त्यांनतर त्यांचा एक सेवक जमशेद खान अल्पवयीन सुलतान सिंकदर आदिलशाहचा संरक्षक बनला. तो विजापुर किल्ल्याचा रक्षक पण होता. परंतु तो एक अयोग्य आणि भित्र्या स्वभावाचा होता. शिवाजी महाराजांनी ही विजापुरवर आक्रमण करण्याची योग्य वेळ समजली. शिवाजी महाराजांनी जमशेद खानाला फितूर करण्याचा प्रयत्न केला. जमशेद खान तीस लाख रूपायात बालक सुलतान तसेच किल्ला दोन्ही स्वाधीन करायला तयार झाला. अडोनीचे नवाब सिद्धी मसुदला याची खबर लागली होती. ही माहिती मिळाल्यावर त्याने एक मोठी चलाखी केली. त्याने तो आजारी असल्याची खबर फैलावली आणि काही दिवसानंतर मृत्यू झाल्याची अफवा. इतकेच नाही तर पालखीत ठेवलेल्या ताबूतला दफन पण केले. ज्यामुळे लोकांना तो मेला याची खात्री पटली. त्याच्या चार हजार सैनिकांनी जमशेद खानाकडे नौकरीची विनंती केली. त्यांना सेवेत घेऊन किल्ल्यात ठेवण्यात आले, मग काय पाहिजे, या सैनिकांनी जमशेद खानाला कैद करून किल्ल्याचा दरवाजा उघडला. २१ फेब्रुवारी १६७८ ला सिद्दी मसुद विजापुरचा पंतप्रधान बनला. इथे ही घटना सांगण्याचे तात्पर्य इतकेच की, विजापुरला शिवाजी महाराज एक महत्त्वाची सत्ता समजत होते. त्यांचा नेहमी हा प्रयत्न राहिला की मोगलाच्या ताब्यात ती जावू नये.

ज्यावेळी दिलेरखान आणि संभाजीने विजापुर ताब्यात घेण्यासाठी प्रस्ताव केले,

त्यावेळी मसुदने शिवाजी महाराजांकडे मदतीची याचना केली. प्रार्थना पत्रात मसूद शिवाजी महाराजांना लिहितो,

"आपण देखील आदिलशाही वंशाचे मीठ खाल्ले आहे. आपण दोघे एकाच देशाचे रहिवासी आहोत. मोगल आपणा दोघांचा शत्रू आहे. दोघांनी मिळून मोगलांचा बिमोड करणे योग्य राहील."

शिवाजी महाराजांनी या पत्रातील मतांचा स्वीकार केला आणि एक मोठी फौज घेवून विजापुरकडे निघाले. दिलेरखानाने विजापुरला चोहीबाजूने वेढले होते. तो आपली पूर्ण शक्ती लावून विजापुर जिंकण्याच्या प्रयत्नात होता. शिवाजी महाराजांनी मोठ्या कुशलतेने युद्ध हाताळले. दोन महिन्यापर्यंत हा वेढा उठवला. या मदतीसाठी सिद्दी मसुदने शिवाजी महाराजांचे आभार मानले. त्यावेळी विजापुर आणि शिवाजी महाराजांमध्ये एक करार झाला. त्या करारानुसार तंजावर, जिंजी तसेच कोपबलवर शिवाजी महाराजांच्या अधिकाराला मान्यता मिळाली. तसेच या क्षेत्रावर आपलाच आधिकार आसल्याचा दावा मागे घेतला. त्यानंतर अनेक भेट वस्तू देवून शिवाजी महाराजांचा निरोप घेण्यात आला.

डॉ. यदुनाथ सरकार या घडामोडीचे वर्णन वेगळ्याच पद्धतीने करतात. त्यांच्यामते सिद्दी मसूदकडून मदत मागितल्यावर शिवाजी महाराजांनी तात्काळ सहा-सात हजार घोडेस्वार विजापुरकडे पाठवून दिले. या सैन्याशी खसरूपुरा आणि खानपुरा येथे आपल्या छावण्या उभारल्या तसेच विजापुरकडे निरोप पाठविला की किल्ल्याचा एक दरवाजा आणि बुरूज त्यांच्यासाठी मुक्त करण्यात यावा. मसुदने विश्वास ठेवला नाही आणि ही मागणी अमान्य करण्यात आली, त्यावर मराठा सैन्यानी दुसरा डाव आखला. ते तांदळाला बारा बैलाच्या पाठीवर टाकून निघाले आणि त्यांनी किल्ल्यात घुसण्याचा प्रयत्न केला. परंतु विजापुरच्या सैन्यानी त्यांना पळवून लावले. त्यानंतर मराठा सैनिकाने जवळपासची गावं लुटायला सुरूवात केली. तात्पर्य विवश होवून मसूदने दिलेरखानासोबत करार केला, त्याने मोगल सैन्याला बोलावून मराठ्यांना पिटाळून लावले.

संभाजीचे परत येणे

विजापुरहून परतल्यावर दिलेर खानाने पन्हाळा किल्ला जिंकण्याची योजना आखली. तो संभाजीला घेवून पन्हाळ्याकडे निघाला. रस्त्यात त्याने मराठा जनतेवर अनेक अत्याचार केले. तिकोटा नावाच्या ठिकाणी अनेक धनवान लोकांनी भयभीत होवून त्याला क्षमायाचना केली. परंतु त्याने शरण आलेल्या लोकांकडचे सगळे काही लुबाडून घेतले. हिंदू-मुसलमान, स्त्री-पुरूष, सर्वांवर अमानवीय अत्याचार केले. अनेक

लोकांनी अपमानापासून बचाव करण्यासाठी विहीरीत उड्या घेवून आत्महत्या केल्या. हजारो लोकांना कैद करण्यात आले आणि त्यांना मुक्त करण्यासाठी प्रचंड रक्कमेची मागणी करण्यात आली. तिकोट्याच्या लुटीनंतर आणि अंत्याचारानंतर दिलेर खान अठनीकडे वळला. तिथे पण त्यांनी लोकांना मनसोक्त लुटले. हिंदूसोबत अनेक प्रकारचे रानटी अत्याचार केले. अत्याचारग्रस्त लोकांनी संभाजीकडे क्षमायाचना केली आणि त्याच्या पित्याची आठवण करून दिली. या करूण विनंतीने संभाजीचे ह्रदय पाझरले. त्याला दिलेरखानाची घृणा वाटू लागली. त्याच्या मैत्रीवरचा विश्वास उडाला. तो (संभाजी) अशा अत्याचाराच्या बाजूने कधीही नव्हता. शेवटी त्याने दिलेर खानाच्या या किळसवाण्या कृत्याचा निषेध केला आणि त्याला तसे करू नये असा सल्ला पण दिला. परंतु स्वार्थापोटी झालेली मैत्री कधी कायम ठरू शकत नाही. दिलेर खानाने संभाजीला स्पष्ट शब्दात सांगितले की तो मनात येईल तसे करील. त्याला कोणी सल्ला देण्याची गरज नाही. त्याचे म्हणणे होते-‘‘मी स्वतःच स्वतःचा मालक आहे. मला भलेपणाची शिकवण देण्याची काही गरज नाही.’’

हे उत्तर ऐकून संभाजीला स्वतःची किळस येवू लागली. एक तर तो आपल्या वडिलांच्या विरोधात विद्रोह करून पळाला होता आणि आता तो ज्याला मित्र समजत होता. त्याच्याकडून असे ऐकायला मिळाले. त्याला खात्री पटली की दिलेर खानाचे आणि त्याचे काही जमणार नाही. त्याला केलेल्या चुकीसाठी प्रायश्चित घ्यावे लागेल. तो समजू लागला की जर अपमानाच सहन करायचा होता तर तो वडिलाचा कैदी बनून सहन करण्यात काय वाईट होते. तिकडे विजापुरच्या पराभवाने संभाजीवर औरंगजेब अधिकच प्रसन्न झाला होता.

तिकडे शिवाजी महाराज आपल्या पुत्रासाठी चिंतीत होते, त्यांनी आपल्या गुप्तहेरांना सांगून ठेवले होते की, संभाजीला मोगलाच्या तावडीतून सोडवावे, कारण आधीच मोगलाच्या नादी लागून त्याचे नैतीक पतन झाले होते आणि आता तो पुन्हा आपल्या वडिलांच्या शत्रुच्या टोळीत सहभागी झाला होता. विजापुरमधील मोगलांचा पराभव झाल्याचा धक्का औरंगजेबला होता. त्याने दिलेर खानाला माघारी बोलावण्याचा आदेश दिला होता आणि त्याच्या जागी बहादुर खानाची नियुक्ती केली होती. सोबतच दिलेर खानाला आदेश दिला होता की त्याने संभाजीला कैद करून दिल्लीला घेऊन जावे. संभाजीला या कारस्थानातले काहीच माहीत नव्हते. त्यावेळी दिलेर खानाच्या सेवेत एक मराठा सरदार महादजी निंबाळकर मोगल सैन्यात होता, जो संभाजीची बहिण सकवारबाईचा पती होता. त्याने संभाजीला या कारस्थानाची खबर दिली, संभाजीच्या लक्षात आले की जन्मजात शत्रू कधी मित्र ठरू शकत नाही. त्यांनी जरी

मैत्रीचा हात पुढे केला तरी त्याकडे संशयाने पाहिले पाहिजे, म्हणून तो मोगलाच्या तावडीतून स्वतःची सुटका करून घेण्याचा विचार करू लागला.

२० नोव्हेंबर, १६७९ ला रात्री संभाजीने आपल्या पत्नीला पुरूषाच्या वेषात सोबत घेवून अठनी मोगल छावणीतून पळ काढला. त्यावेळी त्याच्या सोबत दहा अंगरक्षक होते. अठनीहून पळून आल्यावर तो थेट विजापुरला गेला. तिथे त्याने मसूद खानाकडे आश्रय मागितला. संभाजी पळून गेल्याची खबर दिलेर खानाला लागली. त्याने एक दूत विजापुरला पाठवून त्याच्याकडे संदेश पाठविला की त्यांनी संभाजीला मोगलाच्या स्वाधीन करावे. त्या मोबदल्यात त्याला मोठी रक्कम देण्याचे देखील प्रलोभन होते. संभाजीला देखील या सर्व गोष्टीची माहिती झाली. शेवटी ३० नोव्हेंबरच्या रात्री त्याने विजापुरला सोडले.

शिवाजी महाराजांनी संभाजीवर नजर ठेवण्यासाठी एक खास तुकडी तैनात केली होती. संभाजीच्या तुकडीला आणि त्याला १४ डिसेंबरला पन्हाळा गडावर आणण्यात आले.

जालन्याची लूट

ज्यावेळी शिवाजी महाराज विजापुरच्या मदतीसाठी दिलेर खानाचा सामना करीत होता. त्यांनी दिलेर खानाचे लक्ष दुसरीकडे वेधून घेण्यासाठी एक युक्ती केली. त्यांनी आपल्या सैन्याचे दोन भाग केले. एक भागाचे नेतृत्व स्वतः केले आणि दुसऱ्या सैन्य दलाला आनंदराव मकाजीच्या नेतृत्वाखाली पाठविण्यात आले. ही सेना ४ नोव्हेंबरला सेलगुडच्या बाहेर निघून मोगल शासित राज्यात दाखल झाली. लुट करीत नोव्हेंबरला ही सेना औरंगाबादपासून पन्नास कि.मी. वर असणाऱ्या जालन्यात पोहोचली. जालना व्यापारी केंद्र होते तसेच श्रीमंत शहर होतं. याला मराठ्याने मनसोक्त लुटले. परंतु इथे काही जास्त धन मिळाले नाही, जितकी त्यांना आशा होती. नंतर माहित झाले की सर्व व्यापारी आपल्याकडील धन-द्रव्य घेवून एक मुसलमान फकीर सय्यद जान मुहम्मदच्या दर्ग्यात गेले आहेत. सगळ्यांना माहीत होतं की शिवाजी महाराज धार्मीक स्थळाला हात लावत नाहीत, म्हणून त्यांना ती जागा सुरक्षित वाटली. परंतु तसे नाही झाले. मराठा सैनीक दर्ग्यात घुसले, त्यांना तिथे जे काही मिळालं त्यांनी लुटले. कदाचित या लुटीत काहीजण जखमी पण झाले. दर्ग्याच्या फकिराने सैन्याला तसे न करण्यापासून रोखण्याचा प्रयत्न केला, परंतु मराठा सैनिकाने कोणाचेही ऐकले नाही आणि त्याला पण अपशब्द बोलले. त्यावर फकिराने शिवाजी महाराजाला शाप दिला. असे म्हणतात की या घटनेनंतर पाच महिन्याच्या आतच शिवाजी महाराजांचे महानिर्वाण झाले.

चार दिवस जालन्याला लुटल्यानंतर असंख्य रूपये. रत्न, वस्त्र आदी घेवून मराठे परतले. तशातच संगमनेरच्याजवळ मोगलाच्या विशाल सैन्याने रणमस्त खानाच्या नेतृत्वाखाली त्यांच्यावर हल्ला चढवला. सिधोजी निंबाळकर तसेच संताजी घोरपडे त्यांनी त्यांचा सामना केला. तीन दिवस चाललेल्या युद्धात सिधोजी निंबाळकर तसेच दोन हजार मराठे सैनीक मारल्या गेले. तिकडून औरंगाबादवरून आणखी मोगलांचे सैन्य या युद्धात भाग घेण्यासाठी निघाले होते. युद्धाच्या तिसऱ्या दिवशी या जास्तीच्या सैन्याने रात्री या ठिकाणापासून सहा कि.मी. वर आपल्या छावण्या उभारल्या. शिवाजी महाराजांना सगळीकडून घेरण्यात आले. त्यांच्यामधून बाहेर पडण्याची काही आशा नव्हती. याच दरम्यान रात्रीला सहा कि.मी. वर थांबलेल्या मोगल सेनापती केसरीसिंहाने शिवाजी महाराजांकडे गुप्तपणे संदेश पाठविला की समोरचा मार्ग बंद होण्यापूर्वीच गांभीर्य लक्षात घेता केवळ पाचशे सैनीक घेवून पळून गेले. एक कुशल गुप्तहेर बहिरजीने त्यांना एका सुरक्षित ठिकाणी पोहोचवले. तेथून ते पुन्हा पट्टागढ किल्ल्यावर पोहोचले. या युद्धात त्यांचे चार हजार सैनीक मारल्या गेले. हंबीररावासहित अनेकजन जखमी झाले तसेच कित्येकांना मोगलांनी कैद केले. शक्य आहे की पळता वेळी शिवाजी महाराजांना लुटलेली खूप सारी संपत्ती सोडून पळावे लागले. त्यानंतर त्यांनी काही दिवस पट्टागढावर आराम केला. त्यामुळेच पट्टागढाचे नाव विश्रामगढ ठेवण्यात आले.

जिझियाच्या विरोधात औरंजेबला पत्र

३ एप्रिल १६७९ ला औरंगजेबने एक फर्मान काढले की, संपूर्ण मोगल राज्यातील हिंदूची गणना करण्यात यावी आणि त्यांच्याकडून जिझिया नावाचा कर वसूल करण्यात यावा. हा कर प्रत्येक हिंदू त्याच्या उत्पन्नानुसार देईल असा आदेश झाला. उत्पन्नानुसार कराचे तीन टप्पे पाडण्यात आले. जास्त उत्पन्न गटाकडून तेरा रूपये आणि मध्यम गटाकडून सहा रूपये नऊ आणे, कमी उत्पन्न गटाकडून तीन रूपये पाच आणे वार्षीक कर घेण्याची सोय केली.

हा कर अनेक वर्षापासून बंद करण्यात आला होता. परंतु औरंगजेबाने हिंदू बद्दलचा तिरस्कार व्यक्त करीत हा कर पुन्हा लागू करण्यात आला. ज्यात त्याच्या या कृतीला आत्मघाती तसेच अन्यायपूर्वक असल्याचे सांगितले. हे पत्र निलाप्रभुने फारसी भाषेत लिहिले होते. डॉ. यदुनाथ सरकारच्या **'शिवाजी'** पुस्तकात या पत्राचा अनुवाद पुढील प्रमाणे आहे-

"बादशाह अलमगीर! सलाम. मी शिवाजी आपला सच्चा हितचिंतक. ईश्वराच्या दयेने आणि सूर्य किरणापेक्षाही उज्ज्वल बादशाहच्या कृपेसाठी धन्यवादासहित विनंती

करतो की- तुमच्यासाठी दुर्दैव असणाऱ्या आपल्या महिमामंडित संगतीला सोडून तुमची परवानगी न घेता मला यावे लागले. असे असले तरी जितके शक्य आणि उचित आहे, मी आपल्या सेवकाचे कर्तव्य आणि कृतज्ञतेचा दावा पूर्णपणे पूर्ण करण्यासाठी सदा तत्पर असतो.

ऐकण्यात आले आहे की माझ्यासोबत युद्ध केल्याने आपली तिजोरी रिकामी झाली आणि म्हणून आपण फर्मान काढले आहे की, हिंदूकडून जिझिया नावाचा कर घेण्यात यावा, ज्यामुळे आपल्या तिजोरीत भर पडेल.

बादशाह सलामत ! या साम्राज्यरूपी भवनाचे निर्माणकर्त्या अकबरने पूर्ण गौरवाने ५२ वर्ष राज्य केले. त्यांनी ईसाई, यहुदी, मुसलमान, दादूपंथी, नक्षत्रवादी, परीपूजक, विषयवादी, नास्तिक, ब्राह्मण, श्वेतांबर, दिगंबर, आदी सर्व धार्मीक सांप्रदायप्रति मैत्री भावनेची सुंदर नीती अवलंबली होती. सर्वांचे रक्षण आणि पोषणच त्यांच्या उदार ऱ्हदयाचे उद्दिष्ट होतं. म्हणूनच त्यांना जगद्गुरू म्हणण्यात येतं.

त्यानंतर बादशाह जहांगीरने २२ वर्षापर्यंत आपल्या दयेची छाया जग आणि जगतवासियावर ठेवली. त्यांनी बंधुचे तसेच प्रत्यक्ष कार्य करण्यात आपले ऱ्हदय गुंतविले. आणि अशाप्रकारे मन इच्छेंना पूर्ण केले. बादशाह शाहजहांने देखील ३२ वर्ष राज्य करून सुखी संसारीक जीवनाची फलस्वरूप अमरता, सज्जनता तसेच सुंदर नाव कमावले. फारसीमध्ये म्हटले आहे- जो मनुष्य जीवनात चांगले नाव कमावतो तो अक्षय धन प्राप्त करतो, कारण की मृत्यूनंतर त्यांच्या पुण्यचरित्र्याच्या कथाच त्याच्या नावाला अमर ठेवते.

अकबराच्या उदारतेचा असा पुण्य प्रभाव होता की ते जिथे जात, जय आणि यश पुढे होवून त्यांचं स्वागत करी. यामुळे सुरूवातीच्या सम्राटाची शक्ती तसेच ऐश्वर्यशालीनता सहजच लक्षात येते, ज्यांच्या राजनितीचे अनुकरण करण्यानेच बादशाह अलमीर विफल आणि व्यग्र झाले आहेत. ते पण जिझिया कर आकारू शकत होते. परंतु त्यांनी अंधश्रद्धेला कुठेच जागा दिली नाही. कारण की त्यांना माहीत होते की ईश्वराने उच्च-नीच, सगळ्या व्यक्तींचा विभिन्न धर्मात विश्वास त्यांच्या प्रवृत्तीचे उदाहरण दाखविण्यासाठी अशी सृष्टी निर्माण केली आहे. त्यांची दया-उदारतेची ख्याती त्यांच्या स्मृतीच्या स्वरूपात चिरकाल इतिहासात लिखीत राहील. लहान-मोठ्या लोकांच्या कंठ आणि ऱ्हदयात या तीन पवित्र आत्म्यासाठी (सम्राट) प्रशंसा आणि मंगलकामना अनेक दिवस वास करील. लोकांची ऱ्हदयगत आकांक्षामुळेच सौभाग्य आणि दुर्भाग्य येतं. म्हणून त्यांची संपत्ती दिवसेंदिवस वाढत गेली. ईश्वराची लेकरं त्यांच्या अनुशासनामुळे शांती आणि निर्भयतेने आराम करू लागले आणि त्यांचे सर्व कार्य यशस्वी झाले.

आणि आपल्या शासनकाळात अनेक किल्ले तसेच भुप्रदेश आपल्या हातातून निघून गेले आणि आहेत ते पण लवकरच निघून जातील. कारण ते काढून घेण्यात माझा जोराचा प्रयत्न राहीलच. आपल्या राज्यात प्रजा दबल्या जात आहे. प्रत्येक गावातले उत्पन्न कमी होत चालले आहे. एक लाखाच्या ठिकाणी एक हजार तसेच एक हजाराच्या जागी दहा रूपयेच वसूल होत आहेत आणि ते पण मोठ्या कष्टाने. बादशाह आणि राजपुतांच्या दरबारात आज निर्धनता आणि भिक्षावृतीने जागा घेतली आहे. उमराव आणि अमलदारांच्या स्थितीचा अंदाज सहजच लावल्या जाऊ शकतो. आपल्या राज्यात सेना अस्थिर आहे आणि व्यापारी लुटले जात आहेत. मुसलमान रडत आहे आणि हिंदू जळत आहेत. बहुधा समस्त प्रजेला रात्रीच्या वेळी अन्नाचा घास मिळणे कठीण झाले आहे आणि दिवसा मानसिक संतापामुळे तोंडावर मारून न घेतल्याने गाल रक्तरंजित होत चालले आहेत.

अशा दयनीय स्थितीत प्रजेवर जिझिया कराचा बोझा लादणे आपल्या राजशाही ऱ्हदयाला कसे वाटले? लवकरच पश्चिम ते पूर्वेपर्यंत हे अपयश पसरले जाईल की भारताचे बादशाह भिकाऱ्याच्या थाळीकडे लुब्ध दृष्टीने पहात. ब्राह्मण, पुरोहीत, जैन, यती, योगी, सन्याशी, वैरागी, निर्धन आणि अकालपीडिताकडून जिझिया घेत आहेत आणि भिक्षेची झोळी हिसकावून घेण्यात आपली वीरता प्रदर्शीत होऊ लागली आहे. आपल्या तैमूर वंशाचे नाव आणि स्वतःच्या सन्मानाला डुबवले आहे.

बादशाह सलामत ! जर आपण ईश्वरीय पुस्तकावर (कुराण) विश्वास करत असाल तर, त्यात तुम्ही पहा. आपल्याला माहीत असेल, त्यात लिहिले आहे की ईश्वर सर्वांचा स्वामी आहे. केवळ मुसलमानांचा नाही. खरे सांगायचे तर इस्लाम आणि हिंदू धर्म दोन भिन्नतादर्शक शब्दासमान आहेत. जणू हे दोन वेगवेगळे रंग आहेत ज्यात स्वर्गातील चित्रकाराने रंग देवून मानव जातीच्या चित्रपटाला पूर्ण केले आहे.

मस्जिदीत त्याच्या स्मरणासाठी अजान दिली जाते. मंदीरात त्याला प्राप्त करण्यासाठी ऱ्हदयातील व्याकुळता व्यक्त करण्यासाठी घंटा वाजवली जाते. शेवटी आपला धर्म आणि कर्मकांडासाठी कट्टरता दाखवणे ईश्वराच्या ग्रंथातील गोष्टींना बदलण्याशिवाय दुसरे काही नाही. चित्राच्यावर नवीन रेषा ओढून आपण दाखवतो की चित्रकाराने चूक केली आहे.

खरे सांगायचे तर धर्मानुसार जिझिया आकारणे न्यायसंगत नाही. राजकीय दृष्टीने पाहिल्यावर देखील हे त्या युगात न्यायपूर्ण ठरू शकतं, ज्या युगात सुंदर स्त्रीयां सोन्याचे आभूषण परिधान करून एका ठिकाणाहून दुसऱ्या ठिकाणी जावू शकतात. परंतु आजकाल ज्यावेळी आपले मोठ-मोठे नगर लुटले जात आहे. मग गावांची काय कथा? अशा

स्थितीत तर जिझिया सर्वथा न्यायविसग़ंत आहे. त्याशिवाय भारतात हा एक नवीन अत्याचार आहे. तसेच पूर्णपणे नुकसानकारक देखील.

तुम्हाला जर असे वाटत असेल की प्रजेवर अन्याय करून आणि हिंदूना भयभीत केल्याने आपला धर्म प्रमाणित होईल. तर प्रथम हिंदूचे शिरोमणी महाराणा राजसिंहाकडून जिझिया वसूल करण्यात यावा. त्यानंतर माझ्याकडून वसूल करणे कठीण जाणार नाही, कारण की मी तर आपल्या सेवेसाठी कधीही तत्पर आहे. परंतु या चिलटांना, माशांना त्रास देण्यात कसलाही पुरूषार्थ नाही.

मला हे समजत नाही की आपले कर्मचारी असे कसे राजभक्त आहेत की जे आपल्याला वास्तवीक परिस्थिती सांगत नाहीत. परंतु याउलट जळता विस्तव गवताखाली दाबून ठेवू इच्छितात!

आपले राज्य सूर्यगौरवाप्रमाणे आकाशात किरणोत्सर्ग करीत राहो."

संभाजीला समजावण्याचा अयशस्वी प्रयत्न

संभाजी पन्हाळगडावर पोहोचताच शिवाजी महाराजांनी सुरक्षा व्यवस्था जास्तच कडक केली. त्यांना भीती होती की दिलेरखान पन्हाळ्यावर आक्रमण तर करणार नाही. परंतु दिलेर खानाच्या हे पण लक्षात आले होते की पन्हाळा जिंकणे सोपे नव्हते. शेवटी त्याने तसा प्रयत्न केला नाही.

शिवाजी महाराज स्वतः पन्हाळा गडावर गेले, जे तिथे दोन महिने राहिले. त्यांनी संभाजीला समजावून सांगण्याचा खूप प्रयत्न केला, त्याला हे पण समजावण्यात आले की विशाल मराठा साम्राज्याचा भार त्याच्याच खांद्यावर आहे. त्यांनी आपल्या राज्याच्या संपत्तीचे विवरण तयार करण्यासाठी कर्मचाऱ्यांची नियुक्त केल्या. असे करून त्यांना हे सूचित करायचे होते की संभाजीने त्यांच्या मार्गावरून चालावे. तरच या संपत्तीचे आणि राज्याचे रक्षण करणे शक्य होईल. आता संभाजी लहान पण नव्हता. दिलेर खानाच्या संपर्कात राहिल्याने त्याला राजकीय डावपेच देखील समजले होते. म्हणून त्याला कठोरतेने काही समजावून सांगणे पण शक्य नव्हतं. यापूर्वी त्याच्यासोबत कठोर व्यवहार केल्याचा परिणाम देखील त्यांनी पाहिला होता. शिवाजी महाराजांनी त्याला समजावण्यासाठी अनेक मार्गाचा अवलंब केला पण त्याच्यावर कसलाही परिणाम झाला नाही.

गृहकलह आणि शिवाजीराजांचे आजारपण

शिवाजी राजे संभाजीच्या वागण्याने व्यथीत झाले होते. त्यांच्या पहिल्या पत्नीचा मृत्यू झाला होता. दुसरे पुत्र राजारामाच्या आईत म्हणजे सोयराबाई याच्या वागण्यात

नम्रतेचा, शांती, सद्गुणाचा पूर्णपणे अभाव होता. असे म्हणतात की तिला राजारामाला राजपदावर बसवायचे होते. ती त्यासाठी शिवाजीवर वारंवार दबाव टाकत होती. त्यासाठी तिने कट-कारस्थान करायलाही मागे-पुढे पाहिले नाही. ज्यावेळी संभाजी पळून दिलेर खानाकडे गेला, तर तिने शिवाजी महाराजांना स्वस्थ बसू दिले नाही. परिणामी शिवाजी महाराजांचे कौटुंबिक जीवन कलहपूर्ण आणि अशांत झाले. या कलहाने शिवाजी महाराज आणि संभाजीच्या संबंधात अधिकच तेढ निर्माण केली. म्हणून संभाजीला पुन्हा पन्हाळगडावर कैद करून ठेवण्यात आले. त्याच्यावर कठोर नियंत्रण ठेवण्यासाठी हिरोजी फर्जंद, सोमजी नायक तसेच विठ्ठल त्र्यंबक यांची नियुक्ती करण्यात आली. त्यानंतर शिवाजी महाराज सज्जनगडावर निघून गेले.

आपल्या पुत्राच्या आचार-व्यवहाराने तसेच घरच्या अशांत वातावरणाने शिवाजी महाराजांना निराश केले. परिणामी त्याचे आरोग्य दिवसेंदिवस ढासळू लागले. ३१ डिसेंबर १६७९ ला समर्थ रामदासांना भेटण्यासाठी ते आश्रमात गेले. तिथे ते तीन दिवस राहिले आणि दररोज पूजा-अर्चना तसेच समर्थ रामदासांचा उपदेश ऐकण्यात मग्न राहिले. समर्थ रामदासांना जाणीव झाली की शिवाजीं महाराजांचा अंत समय जवळ आला आहे.

४ फेब्रुवारीला शिवाजी महाराज रायगडावर परतले. त्यांना पण आपले जीवित कार्य संपल्याचा आभास झाला होता. शेवटी धर्माचे पालन करण्यासाठी त्यांनी आपल्या दहा वर्षाच्या छोट्या पुत्र राजारामाचा यज्ञोपवीत तसेच विवाह संस्कार करणे योग्य समजले. ७ मार्च १६८० ला राजारामाचा यज्ञोपवीत करण्यात आला. याच्या एक आठवड्यानंतर १५ मार्चला प्रतापराव गुजरांची कन्या जानवीबाईसोबत त्याचा विवाह देखील करून टाकला.

महानिर्वाण

या काळात शिवाजी महाराज आजारीच रहात असत. २३ मार्चला त्यांना ताप तसेच रक्त अतिसार झाला. अन्न-पाणि आधीपासूनच जवळ-जवळ बंद होते. आता ताप तसेच रक्तातिसाराने त्यांची अवस्था दिवसेंदिवस क्षीण होत चालली होती. त्यांनी आपल्या कर्मचाऱ्यांना बोलावले आणि त्यांना आपले शेवटचे मार्गदर्शन केले-"जीवात्मा अविनाशी आहे. आम्ही प्रत्येक युगात पृथ्वीवर येऊ" त्यानंतर त्यांचा कंठ दाटून आला. नंतर ते एक शब्दही बोलू शकले नाही.

ज्यावेळी त्यांच्या जीवनाची काही आशा शिल्लक राहिली नाही. तेव्हा पन्हाळगडावर संभाजीकडे प्रस्ताव पाठविण्यात आला की राज्य दोन बंधुमध्ये विभाजीत केल्या जावे. परंतु संभाजीने हा प्रस्ताव फेटाळला. ३ एप्रिल १६८० शनिवार दुपारी तिथे उपस्थित

जवळच्या नातेवाईक तसेच कर्मचाऱ्यांनी पाहिले की छत्रपती शिवाजी महाराजांचे महानिर्वाण होवू लागले आहे. त्यांच्या मुखात गंगाजल टाकण्यात आले. झाले, शिवाजी राजांचे महानिर्वाण झाले. महान विजेते छत्रपती शिवाजी महाराज चिरनिद्रेत गेले. समस्त मराठा राज्यच नाही, तर समग्र हिंदू समाज शोक सागरात बुडाला.

शिवाजी महाराजांच्या राण्या आणि मुले

शिवाजी महाराजांना किती राण्या होत्या आणि मुले होती, याबद्दल इतिहासकारात मतभेद आहेत. डॉ. यदुनाथ सरकारने शिवाजी महाराजांचे पाच विवाह तसेच तीन मुली असल्याचे नमुद केले आहे. परंतु सरदेसाईने आठ राण्या आणि सहा मुलींचा उल्लेख केला आहे. परंतु पुत्र मात्र निर्वीवाद दोनच होते. त्यांच्या आठ राण्यांची नावे सांगण्यात आली होती. खाली त्यांच्या मुलांचा थोडक्यात परिचय करून देण्यात आला आहे.

पुत्र - शिवाजीला दोन पुत्र होते. थोरल्या संभाजीचा जन्म १४ मे १६५७ ला सईबाईच्यापोटी झाला तर धाकट्या राजारामाचा जन्म सोयराबाईच्या पोटी १४ फेब्रुवारी १६७० ला झाला होता.

मुली

सईबाईंना तीन मुली झाल्या होत्या- सकवारबाई, राणुबाई तसेच अंबिकाबाई. चवथी मुलगी नानाबाईला शिवाजी महाराजांची दुसरी पत्नी सगुनाबाईने जन्म दिला होता. सोयराबाईपासून जन्मलेल्या मुलीचे नाव बाळाबाई अथवा दीपाबाई होतं. सहावी मुलगी कमलाबाई छत्रपतींची सहावी पत्नी सकवारबाई यांच्या पोटी जन्मली होती.

डॉ. यदूनाथ सरकारने सईबाई, पुतळीबाई, सकवारबाई आणि काशीबाई या पाच नावांचा उल्लेख शिवाजीं महाराजांच्या राण्या म्हणून केला आहे. सोबतच त्यांच्या मते शिवाजी महाराजांना तीनच मुली होत्या- सकवारबाई उर्फ सखुबाई, अंबिकाबाई तसेच नानाबाई उर्फ राजकुंवरबाई.

शिवाजी महाराजांच्या महानिवर्णाप्रसंगी त्यांच्या केवळ तीनच राण्या जीवित होत्या- सोयराबाई, पुतळीबाई तसेच सकवारबाई. पुतळीबाई शिवाजीसोबतच सती गेली. वरील सहा राण्या वगळता आणखी दोन स्त्रिया त्यांच्या जीवनात असल्याचे वर्णन सापडते.

छत्रपती शिवाजीं महाराजांचे अध्यात्मीक गुरू

प्रसिद्ध इतिहासकार गोविंद संखाराम सरदेसाई शिवाजीं महाराजांचे चौदा आध्यात्मीक गुरू संत, फकीर आदीसोबत संपर्क आल्याचा उल्लेख करतात. ज्यांची नावे पुढीलप्रमाणे

आहेत- संत तुकाराम, समर्थ रामदास, मौनी बाबा, निश्चलपुरी गोसावी, परमानंद महाराज, जयराम स्वामी, नारायण देव, रंगनाथ स्वामी, विठ्ठल स्वामी, भानुदास बाबा, आनंदमूर्ति, बोधले बाबा, बाबा याकूत तसेच त्र्यंबक नारायण.

शिवाजीं महाराजांच्या महानिर्वाणानंतर त्यांच्या वारसदारात असा कोणीही व्यक्ती निघाला नाही, ज्यात पुढे राज्य चालविण्याची क्षमता होती. लवकरच शिवाजी महाराजांच्या घरातील भांडणे चव्हाट्यावर आली. एप्रिल १६८० मध्ये रायगडावर राजारामाचा अभिषेक झाला आणि संभाजीने जुलैत त्याला कैद केले. नंतर स्वतः छत्रपती बनले. त्याने १६८० मध्ये आण्णाजी दत्तो आणि त्याचा भाऊ सोमाजीला मारले तसेच सोयराबाईने शिवाजी महाराजांना विष दिल्याचा आरोप ठेवून तिची हत्या केली. शिवाजी महाराजांच्या मृत्यूनंतर शेवटी मोगलाने संभाजीला पकडले. तसेच ११ मार्च १६८९ मध्ये औरंगजेबानी त्याची हत्या केली. छत्रपती शिवाजी महाराजांनी स्थापन केलेल्या साम्राज्यावर कालांतराने पेशव्याने ताबा मिळवला.

प्रकरण दहावे

शिवाजींचे मूल्यमापन

छत्रपती शिवाजी महाराजांचे व्यक्तिमत्व भारतातच नाही, तर जागतीक इतिहासात एक अद्‌भूत तसेच अद्वितीय आहे. त्यांचं जीवन जागतीक ज्ञान, कर्मण्यता, चारित्र्यसंपन्नता, धार्मीक सहिष्णूता आदी प्रशंसनीय गुणांचा एक आदर्श ठेवा आहे. छत्रपती शिवाजीं महाराजांचे चरित्र तसेच कार्यांचे सर्वांगीन मूल्यांकन एक संशोधनाचा विषय होवू शकतो, तरीपण इथे थोडक्यात त्यांच्या या विशेष गुणांवर प्रकाश टाकण्यात येत आहे.

महान युग प्रवर्तक

शिवाजी महाराज एक सामान्य जहागीरदाराचे पुत्र होते. आपल्या पराक्रम आणि बुद्धिमत्तेच्या जोरावर ते मराठा-साम्राज्याचे संस्थापक बनले. त्यांनी इतिहासात एक नवीन प्रकरण लिहिले. एका नव्या युगाचा प्रारंभ केला. त्यांनी सर्वप्रथम तत्कालीन महाराष्ट्रात असभ्य तसेच मठ्ठ समजल्या जाणाऱ्या मावळ्यांचे संघटन केले. त्यानंतर महाराष्ट्राच्या साधारण शेतकऱ्यांनी, मुसलमानी शासकाच्या अधीन स्थानीक जहागीरदारं, सरदारांनी मिळून एक राज्याची स्थापना केली तसेच शेवटी दक्षिण भारताच्या समस्त राजवंशांना आपली ताकद दाखवून दिली. तत्कालीन मोगल सम्राटाला देखील प्रत्यक्ष आव्हान देण्यात ते मागे राहिले नाहीत. असे असले तरी मोगल सम्राट तसेच तत्कालीन मुसलमान इतिहासकार शिवाजी महाराजांना कवडीमोल समजत होते. शेवटी त्यांनी या महापुरूषाला लुटारू, डोंगरी उंदीर अथवा दरोडेखोर, माहीत नाही काय काय समजले, परंतु अशी वेळ आली, समीक्षकाने शिवाजी महाराजाला एक महान युग प्रवर्तक म्हणून स्वीकारले. हे पण सत्य आहे की शिवाजी महाराजांचे मूल्यमापन त्यांचे मंत्री रामचंद्र निळकंठ यांनी त्यांच्या आपल्या जीवनकाळातच केले होते. परंतु त्यांचे मूल्यमापन समाजापर्यंत पोहचू शकले नाही. निळकंठाने शिवाजी महाराजांच्या संदर्भात म्हटले होते की-

“युग प्रवर्तक छत्रपती सुरूवातीला एका मुसलमानाच्या अधीन होते. परंतु पंधरा

वर्षाच्या काळात त्यांनी आपली पुण्याची जहागीर स्वतंत्र करण्याचे कार्य सुरू केले. या छोट्या सुरूवातीलाच त्यांनी आपला भावी आधार बनवला. पहिले ते तीन शासकांनी घेरले होते- आदिलशाही, कुतुबशाही आणि निजामशाही. आपल्या चातुर्याने त्यांनी तिघांनाही घेरले.

त्यांच्या महान गुणांनी भारतीयांनाच नाही, तर पाश्चात्य समीक्षकांनाही आकर्षित केले. सर रिचर्ड टेंपल नावाच्या पाश्चात्य विद्वान आपले पुस्तक 'पूर्वीय अनुभव' मध्ये शिवाजीं महाराजांच्या संदर्भात लिहितो, 'शिवाजी महाराज केवळ वीर पुरूषच नव्हते तर त्यांच्यात एक अद्‌भूत शक्ती होती, जी इतरांना उर्जा प्रदान करत होती. त्यांनी एक शुद्र जातीतून वर येत साम्राज्य स्थापन करण्यापर्यंत मजल गाठली. याशिवाय शिवाजी महाराज एक महान प्रशासक होते.' सर यदुनाथ सरकारने शिवाजी महाराजांना एक राष्ट्र निर्माता तसेच मराठा जातीत नवीन प्राण ओतणारा म्हटले आहे. ''शिवाजी महाराज शेवटचे महान निर्माणकर्ते विलक्षण बुद्धिमत्ता आसणारे राष्ट्र निर्माता होते. त्यांनी मराठा जातीत नवीन प्राण ओतला. त्यांनी आपल्या उदाहरणातून सिद्ध केले की हिंदू समाज राष्ट्र निर्माण करू शकतो. तो राज्याची स्थापना करू शकतो. शिवाजी महाराजांनी हे स्पष्ट केले की वास्तवात हिंदुत्त्वाचा वृक्ष वठला नाही आहे. ''

आदर्श राजकीयतज्ज्ञ

शिवाजीं महाराजांचे सर्व यश ते एक आदर्श राजकीयतज्ज्ञ असल्याचा पुरावा आहे. असे असले तरी त्यांचे फारसे शिक्षण झाले नव्हते, परंतु त्यांच्याकडे असणारे राजकीय डावपेच पहाता मोठं मोठे राजकीयतज्ज्ञ त्यांच्यापुढे नतमस्त होतात. आपल्या राजकीय जीवनात त्यांनी धोकेबाजीला कधी स्थान नाही दिले. यावरुन दिसते की आचार्य चाणक्यांना ते आदर्श समजत असावेत. कदाचित त्यांच्या मार्गदर्शकांनी चाणक्य त्यांना समजावून सांगितला असेल. त्यांच्या राजकीय गुणांचे मुक्त कंठाने प्रशंसा करीत पाश्चात्य समीक्षक एडवर्थ लिहितात, ''ज्या प्रेरणेने ते कार्य करीत होते, त्याचे मूल्यमापन त्यानी जिंकलेले प्रदेश यावरून करणे पूर्णपणे चुकीचे ठरेल. तत्कालीन कोणत्याही व्यक्तीला आपली शक्ती आणि आपल्या विरोधकांच्या उणीवाचे इतके सूक्ष्म आणि योग्य ज्ञान नव्हते. १९ व्या शतकाच्या विचारधारेनुसार शिवाजी महाराजांचे मूल्यमापन व्हायला नको. विनाकारणचा रक्तपातापासून आणि क्रोधीत शांततेसाठी क्रुरतेत आसक्त होण्यापासून ते पूर्णपणे मुक्त होते.'' शिवाजीं महाराजांचे संपूर्ण जीवन संघर्ष आणि प्रयत्न यातच गेले. त्यासाठी हे गरजेचे होते की ते आपल्या योजनेला गुप्त स्वरूपात कसलाही गजावाजा न करता अशा प्रकारे यशस्वी करतील की सामान्य कुवतीच्या

लोकांचे त्यांच्याकडे लक्ष जाणार नाही.

त्यांनी आपल्या राजकीय चातुर्याने आपल्या सर्व शत्रुचे डाव अयशस्वी केले होते. त्यांचेच एक समकालीन बर्नियर नावाच्या विचारवंताने या विषयावर लिहिले आहे, " हा पुरूष शिवाजी स्वतंत्र राजा म्हणून कार्य करू लागला आहे, तो मोगल आणि विजापुर सुलतानाच्या मूर्खपणावर हसतो आहे, तो अनेकदा हल्ले करतो आहे आणि सुरतपासून गोव्यापर्यंतच्या प्रातांना लुटतो आहे. आपल्या धाडसी आणि सतत उद्योगी वृत्तीने तो औरंगजबाचे लक्ष आपल्याकडे वेधून घेतो आणि भारतीय सैन्याला इतके व्यस्त ठेवतो की मोगलांना विजापुरला जिंकण्याची संधीच देत नाही."

त्यांच्या कौतूकास्पद राजकीय चातूर्याचे यापेक्षा कोणते मोठे उदाहरण असू शकते की त्यांचा कट्टर शत्रू औरंगजेब देखील त्यांचे कौतूक करतो. त्यांच्या मृत्यूची खबर ऐकल्यावर औरंगजेबाने म्हटले होते, 'हा एक असा व्यक्ती होता, ज्याने नवीन राज्याचे महत्त्व दाखवून दिले, तेही मी एकिकडे प्राचीन राज्य नष्ट करीत असताना, तो एक महान सेनानायक होता, माझ्या सैन्याचा उपयोग त्याच्या विरूद्ध एकोणीस वर्ष होत राहिला तरी पण त्याचे राज्य वाढतच राहिले.'

खरे सांगायचे तर राज्य अथवा राष्ट्राची प्रगती त्याच्या शासनाच्या योग्यतेवर अवलंबून असते. राष्ट्र जर समस्या आणि उपद्रवांचा सामना करीत असेल तर त्याला त्याच्या शासनाच्या कर्णधारांच्या अपात्रतेचाच परिचायक समजायला हवा. शिवाजी महाराज त्याचे सुंदर उदाहरण आहे. त्यांची योग्यता तसेच राजकीय ज्ञानाने त्यांचे राज्य अल्पकाळातच एक संपन्न राज्य बनले होते. ज्याची स्थापना देखील त्यांनी स्वतःच केली होती.

अद्‌भूत प्रशासक

शासन संचलित करण्यासाठी राजकीय ज्ञानासोबतच तीव्र प्रशासकीय पात्रता असणे देखील नितांत गरजेचे आहे. शिवाजी महाराजांनी स्वतंत्र राज्याची स्थापना केल्यानंतर परंपरेने चालत आलेल्या अनेक गोष्टीत अमूलाग्र बदल केला. त्यांचे अष्टप्रधान मंत्रीमंडळ त्यांच्या याच प्रशासकीय बदलाचा एक भाग होता. ते स्वतः एक जागीरदार होते आणि आपल्या सामर्थ्याच्या जोरावर एक स्वतंत्र शासक बनले होते. शेवटी त्यांनी तत्कालीन शासकात प्रचलीत वेतनाच्या मोबदल्यात जहागीरची प्रथा बंद करून टाकली, कारण ते जहागीरदार झाल्यावर राज्यासाठी नवे संकट उत्पन्न करीत होते. गोविंद सखाराम सरदेसाईने त्यांच्या प्रशासनाचे मुख्य सिद्धांत खालीलप्रमाणे सांगितले आहेत.

१. मजबूत किल्ले बांधून शत्रूपासून राज्याचे संरक्षण
२. जहागीर बंद करून पगारी कर्मचारी
३. वंश परंपरेने नाही तर योग्यतेनुसार पद नियुक्ती
४. विश्वासनीय व्यक्तीकडून कराची वसूली, जमीनदार अथवा मध्यस्तामार्फत नाही.
५. भूमि ठेक्यावर देण्याची प्रथा बंद
६. प्रशासकीय विभागांची स्थापना
७. सेवेत जातीय भेदभाव न करता सर्वांना समान संधी
८. वार्षीक बजट आर्थीक फायदा डोळ्यासमोर ठेवून बनविणे.

प्रशासन सुव्यवस्थित चालविण्यासाठी प्रशासनात चरित्र्यसंपन्न लोकांचे असणे गरजेचे आहे. शिवाजी महाराजांच्या जीवनात या सर्व गोष्टींचा समावेश होता. हेच त्यांच्या यशाचे गमक होते. सरदेसाईने याकडे लक्ष वेधत लिहिले आहे की, "आपल्या मतावर ठाम रहाणे, निर्विवाद, आज्ञापालन आणि कठोर स्वयंशिस्त, हे नियम आहेत, जे शिवाजीं महाराजांचे विशेष गुण होते आणि ज्यांनी त्यांना तत्कालीन शासकापेक्षा सुधारणावादी ठरवले होते.

भारतीय संस्कृतीचे उपासक

संस्कृती कोणत्याही देशाचा आत्मा असते. असे असले तरी संस्कृतीचे पालन करणे अशक्य वाटते. पण आपल्या संस्कृतीचा आपल्याला आभिमान असला पाहिजे. संस्कृतीबद्दल घृणा विनाशाचे कारण आहे.

हाच उद्देश डोळ्यासमोर ठेवून मॅकलेने भारतात नवीन शिक्षण पद्धत अवलंबवली होती.

छत्रपती शिवाजी महाराजांच्या समस्त उत्थानामागे वास्तवीक सांस्कृतीक प्रेरणाच कार्यरत होती. मुस्लिमांच्या शासनकाळात भारतीय सस्कृतीला नष्ट करण्याचे कुचक्र चालू होते. बळजबरीने धर्म परिवर्तन, हिंदू विद्यामंदीर तसेच देव मंदीरांना नष्ट करणे, त्यांचे धर्म स्वातंत्र्य नष्ट करणे आदी या कुचक्राचे परिणाम होते. शिवाजी महाराजांसारखा युग पुरूष संस्कृतीच्या या अपमानाला कसं सहन करू शकत होता. त्यांचं हिंदू स्वराज्य स्थापनेचा संकल्प भारतीय संस्कृतीच्या उत्थानांचाच पर्याय होता.

भारतीय संस्कृतीमध्ये आईला परमदेवता म्हटले आहे. शिवाजीं महाराजांच्या जीवनाचा

अभ्यास केल्यावर हे स्पष्ट होते की ते आपल्या आईला देवतासमान सन्मान देत होते. कुठेही कोणत्याही कार्यासाठी जाताना अथवा शुभकार्याच्या आरंभी मातृचरणांना स्पर्श करणे त्यांच्या जीवनाचं अभिन्न अंग होतं. साधु-महात्म्याबद्दल कसलाही धार्मीक भेदभाव न बाळगता त्यांच्या मनात अपार सन्मान होता. तीर्थ, देवळे आदीबद्दल त्यांना अतिशय श्रद्धा होती. या विषयी गोविंद सखाराम सरदेसाई लिहितात,

"त्यांच्या मनात हे सत्व सदैव उपस्थित असत- देवी, देवता, ब्राह्मण, संत आणि देवळे! हे ऐतिहासिक सत्य आहे की शिवाजी महाराज जिथे गेले, मग ते ठिकाण आग्रा असो किंवा कैदखाना अथवा तंजावर अथवा कोणतेही असो, प्रथम कार्य हे होई की जवळ असलेल्या प्रसिद्ध मंदीराचा आणि त्या ठिकाणी जमा होणाऱ्या साधु-संताचा शोध घेणे.

त्यांनी संस्कृतीच्या उज्ज्वल बाजूचे नेहमीच समर्थन केले, परंतु सोबतच जातीय संकुचितपणा, रूढी, आदी गोष्टींना त्यांचा तीव्र विरोध होता. संस्कृतीच्या प्रेमापोटी जिथे त्यांनी आपला अभिषेक प्राचीन भारतीय संस्कृतीच्या आधारावर केला. तिथे त्यांनी स्वतःला क्षत्रिय सिद्ध करण्यासाठी रूढीवादी ब्राह्मणांना प्रखर विरोध केला आणि वर्णव्यवस्थेकडे जन्माधारीत न पहाता कर्माधारीत पाहिले.

प्रशासकीय चारित्र्य गुणांनी संपन्न

चारित्र्य नसेल तर व्यक्तीच्या आदेशाला अथवा शब्दाला काही महत्त्व असत नाही. सोबतच पदानुसार चारित्र्याचे महत्त्व देखील वाढते. शासकाचे चरित्र्य उच्च असल्याचे प्रजेला देखील असामाजिक अथवा चारित्र्यहीन कार्य करण्याचे सहसा सुचत नाही, तात्पर्य राजाचे चारित्र्य उच्च असल्याबिगर प्रजेकडून उच्च चारित्र्याची अपेक्षा केल्या जावू शकत नाही, शिवाजी महाराजांना ही गोष्ट चांगली माहीत होती म्हणून त्यांच्या चारित्र्याच्या महत्त्वाच्या गुणांचे दर्शन कोणत्याही कृतीमधून होत होते.

कल्याणचे मुसलमान सुभेदार मुल्लाअहमदच्या अद्वितीय सुंदर सुनेला कैद करून आबाजी सोनदेवाने भेट स्वरूप शिवाजी महाराजांकडे पाठविले होते. त्यावर शिवाजी महाराजांनी तिच्या सौदर्यांचे कौतूक करून तिला तिच्या पतीकडे सुखरूप पाठवून दिले होते, ही घटना त्यांच्या चारित्र्याच्या त्या उज्ज्वल अंगाला व्यक्त करते, ज्याचा मुसलमान शासकांमध्ये पूर्णपणे अभाव होता. हेच उच्च चारित्र्य आणि आत्मसंयमच त्यांच्या यशस्वी जीवनाचे सर्वात मोठे रहस्य होतं. खुद्द मुसलमान विचारवंताने देखील त्यांच्या या गुणांचे कौतूक केले आहे. खफी खान नावाच्या एका समीक्षकाने लिहिले

आहे, “शिवाजी महाराजांनी सदैव आपल्या राज्यातील जनतेच्या सन्मानाला सुरक्षित ठेवण्याचा प्रयत्न केला. युद्धाच्या मार्गात येणाऱ्या गावांना लुटणे आणि धनाढ्यांना लुबाडण्यात ते सदैव अग्रसर राहिले, परंतु लज्जास्पद गोष्टी करण्यापासून ते सदा दूर राहिले तसेच मुस्लिम स्त्री आणि बालकांना त्यांनी कधीही हात लावला नाही. या संदर्भात त्यांनी सक्त ताकीद दिली होती आणि जो कोणी त्यांच्या आदेशाचे पालन करणार नव्हता, त्याला शिक्षा होई. मुसलमान सुलतान अथवा सेनापती युद्धाच्या प्रसंगी आपल्या छावण्यात नर्तकी अथवा वेश्यांना आपल्यासोबत घेवून जायचे, पण शिवाजी महाराजांनी असे कधीही केले नाही,” फ्रेंच राजदूत जर्मन १६७७ च्या जुलैत तिरूवाडीत शिवाजी महाराजांच्या युद्ध छावणीत येवून भेटला होता. त्याने शिवाजीचे कौतूक करताना लिहिले आहे की, “शिवाजी महाराजांच्या छावणीत रंगीन असं काही नव्हतं, त्यांच्याकडे ना स्त्रियां होत्या ना सामान, केवळ दोन तंबू होते, जे सामान्यपणे जाड कपड्याचे होते.” डॉ. यदुनाथ सरकारने शिवाजी महाराजांच्या कौतूकास्पद चारित्र्याविषयी लिहिले आहे, “शिवाजी महाराजांच्या चारित्र्यात अनेक सद्गुणांचा भरणा होता. त्यांची मातृभक्ती, पुत्र प्रेम, इंद्रिय निग्रह, धर्मानुराग, साधु-संताबद्दलची भक्ती-भावना, विलासवर्जन, कष्टाळूपणा तसेच धर्म सहिष्णूता त्या काळातील कोणत्याही राजवंशातच तर अनेक लोकांमध्येही अतुलनीय होती. ते आपल्या अनेक छावण्या उभारून देखील स्त्रियांच्या सतीत्वाची सुरक्षा करीत असतं.”

धार्मीक सद्भावनांचे समर्थक

स्वराज्याची स्थापना करणे शिवाजीं महाराजांचा हेतू असला तरी, त्यांना अधोगतीला चाललेल्या हिंदू धर्माचे पुनर्जीवन करायचे होते. परंतु स्वधर्म प्रेमाचा अर्थ इतर धर्मांचा द्वेष असा कधीही नव्हता. त्यांच्यापूर्वी होवून गेलेले अकबर महान या गोष्टीचे प्रत्यक्ष उदाहरण होते. शिवाजी महाराजांनी धर्म अथवा सांप्रदायाच्या नावावर कोणासोबतही भेदभाव केला नाही. औरंगजेबासोबत त्यांचे न पटण्याचे हेच कारण होते की तो धार्मीक सद्भावनेच्या विरोधात होता. त्यांनी औरंगजेबास पत्र पाठवून जिझिया कराला आपला विरोध असल्याचे ठणकावून सांगितले होते.

शिवाजी महाराजांनी आपल्या धर्माची रक्षा करताना इस्लाम अथवा कोणत्याही इतर धर्माबद्दल घृणा बाळगली नाही. ते मुसलमान फकिरांचा देखील तितकाच सन्मान करीत, जितका की साधू-संताचा. एकिकडे ते संत तुकारामाबद्दल श्रद्धावान होते. तितकेच ते बाबा याकूब बद्दल होते. त्यांच्या मनात अपार भक्ती-भाव होता. जाती-धर्माच्या आधारावर नियुक्तीसाठी त्यांच्या राज्यात कसलेही स्थान नव्हते. त्यांच्या नौसेनेचे

मुख्य अधिकारी दौलत खान आणि सिद्दी तसेच परराष्ट्र मंत्री मुल्ला हैदर मुसलमान होते, या कर्मचाऱ्यावर त्यांचा पूर्ण विश्वास होता. मुल्ला हैदर एकदा मोगल सुभेदार बहादुर खानाकडे शांती प्रस्तावासाठी शिवाजीं महाराजांचा प्रतिनिधी म्हणून गेला होता.

आपल्या धर्माबद्दल सन्मानाची भावना असणे ही चांगली गोष्ट आहे. परंतु ज्यावेळी ही भावना इतर धर्माबद्दल घृणेचा पर्याय बनते, त्यावेळी हा गुण न ठरता अवगुण बनतो, औरंगजेब तसेच शिवाजी महाराजांच्या स्वधर्म प्रेमाची तुलना करताना एडवर्थ लिहितो तो की, "त्यांचा शक्तीसंपन्न शत्रू औरंगजेबाच्या तुलनेत शिवाजी महाराजांचे चारित्र्य अतिशय संपन्न आहे. धर्म दोघांचाही मध्यवर्ती भाग होता. औरंगजेबात तो पतीत झालेला तुच्छ, संकुचित धर्मांध स्वरूपात होता. औरंगजेबाचा जन्म केवळ विनाशाचे कारण ठरण्यासाठी झाला होता. शिवाजी महाराज ईश्वराचा आवतार आहे. जो हिंदू विजय आणि राज्य स्थापन करण्यासाठी झाला आहे."

महान समाज सुधारक

यशस्वी राजकीयतज्ज्ञ, कुशल प्रशासक आदी वगळता शिवाजी महाराजांचे आणखी एक अंग होते, ते होते समाजसुधारकाचे. हिंदू धर्माला आपली जहागीर समजणाऱ्या संकुचित लोक एखाद्या इतर धर्मात गेलेल्याचा स्वधर्मात प्रवेश सहन करणार नाहीत. परंतु शिवाजी महाराजांनी आशा लोकांची पर्वा न करता हे कार्य करून दाखविले. नेताजी पालकर तसेच बाजाजी निंबाळकर यांना बळजबरीने मुसलमान करण्यात आले होते. परंतु शिवाजी महाराजांनी त्यांच्या इच्छेवरून त्यांना हिंदू धर्मात घेतले. नाहीतर त्यांच्यासाठी हिंदू धर्माचे दरवाजे नेहमीसाठी बंद करण्यात आले होते. दुर्दैवाने शिवाजीं महाराजांचे अकाली महानिर्वाण झाले. जर ते काही वर्ष अजून जिवंत राहिले असते तर शक्य होतं की ह्या कार्याला त्यांनी पुढे चालू ठेवले असते, परंतु कमी प्रमाणात का असे ना, यामुळे त्यांचे क्रांतीकारी काम दिसून येते, त्यांच्या या कार्यासाठी हिंदू समाज त्यांचा कायम ऋणी राहील. अनेक विरोधांना न जुमानता देखील त्यांनी स्वतःला कर्मसिद्ध क्षत्रिय म्हणून घोषित करून भारतीय संस्कृतीत कर्मावर आधारीत वर्णव्यवस्थेला जिवदान दिले. त्यांचे हे कार्य देखील समाज सुधारणांचे एक दुसरे रूप आहे.

शिवाजी महाराज भारतीय इतिहासाचे एक आदर्श नायक (हिरो) आहेत, वास्तवात काव्यात एक धिरोदत्त नायकाचे जे लक्षण सांगितले जातात, ते सर्व गुण त्यांच्यात आहेत. केवळ वंशाने क्षत्रिय नसल्याचा जो न्यूनगड होता, त्याला त्यांनी आपल्या शुभ कार्याने दूर केले. या महापुरूषाच्या गुणाने आकर्षित होवून अनेक

भाषेतल्या भारतीय साहित्यकांनी त्यांना आपल्या लेखनाचा विषय केले.

त्यांचे समकालीन एका इंग्रज व्यापाऱ्याने सिंकदर महानसोबत त्यांची तुलना करताना लिहिले आहे, "शिवाजी महाराज सच्चा मित्र आहे, श्रेष्ठ शत्रू आहे, तसेच अंत्यत चतूर आहे, तो आश्चर्य वाटावे अशा पद्धतीने नेहमीच विजयी होतो. राजा शिवाजीने ज्या गोष्टीची इच्छा बाळगली आहे, ती आहे प्रबळ विजेत्याची ख्याती प्राप्त करणे. त्याने कर्नाटकात प्रवेश केला आणि तेथून असा आला जसा विजय प्राप्त करायला आलेला स्पेनमध्ये केंसर. त्याने जिंजी आणि वैलोर, दोन शक्तीशाली किल्ल्यावर अधिकार मिळवला, ते या कार्यात सिंकदर महानपेक्षा कमी नव्हते."

खरे सांगायचे तर सर्व गुणांमुळेच शिवाजी महाराज महान होते !

●●●